நாகேஸ்வரி அண்ணாமலை தமிழ்நாட்டின் ஒரு கோடியிலுள்ள இராமநாதபுரத்தில் பிறந்தவர். இந்த ஊரில் தாம் வாழ்ந்ததை *சொந்த ஊரை நோக்கி* என்னும் நூல் மூலமாக நம் கண்முன் கொண்டு வருகிறார். சமூகவியலில் முனைவர் பட்டம் பெற்றுள்ள இவர் சமூக, பொருளாதார, கலாச்சார, அரசியல் நிலைமைகளை ஊன்றிக் கவனிப்பதிலும் வேறுபட்ட பண்பாடுகளை ஒப்பிட்டு ஆராய்வதிலும் ஆர்வமுள்ளவர். ஜப்பான், ஆஸ்திரேலியா, நெதர்லாந்து, ஜெர்மனி போன்ற நாடுகளில் சில காலம் வாழ்ந்த அனுபவம் பெற்றவர். *அமெரிக்காவில் முதல் வேலை—ஒரு புதிய அனுபவம்; அமெரிக்காவின் மறுபக்கம்; அமெரிக்க அனுபவங்கள்; பாலஸ்தீன-இஸ்ரேல் போர்: ஒரு வரலாற்றுப் பார்வை; கியூபாவின் விடுதலை: அன்று முதல் இன்றுவரை, போப் பிரான்சிஸ்: நம்பிக்கையின் புதிய பரிமாணம், வியட்நாமில் அமெரிக்கப் போர்: வென்றது யார்?* ஆகிய நூல்களை எழுதியிருக்கிறார். களத்திற்கே சென்று, ஆய்வுகள் மேற்கொண்டு எழுதப்படும் வெகுசில நூல்களுள் இவருடைய ஆக்கங்கள் முதன்மையானவை. எளிய தமிழில், விறுவிறுப்பூட்டும் நடையில் எழுதுவதால், இவருடைய நூல்கள் வாசகர்களிடையே மிகுந்த வரவேற்பைப் பெற்றுள்ளன. இவர் *வல்லமை.காம்* என்னும் மின்னிதழிலும், முகநூலிலும் (facebook. com/a.nageswari), டுவிட்டரிலும் (twitter.com/ a_nageswari) தம்முடைய கருத்துகளை வாசகர்களுடன் பகிர்ந்து கொள்கிறார். ஆண்டில் சில மாதங்கள் இந்தியாவிலும் அமெரிக்கா விலுமாகக் கணவருடன் வாழ்ந்துவருகிறார்.

# அமெரிக்க ஜனநாயகத்திற்கு ஆபத்தா?

நாகேஸ்வரி அண்ணாமலை

அடையாளம்

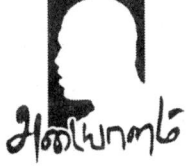

முதல் பதிப்பு 2022

© நாகேஸ்வரி அண்ணாமலை

வெளியீடு: அடையாளம், 1205/1 கருப்பூர் சாலை, புத்தாநத்தம் 621310, திருச்சி மாவட்டம், இந்தியா, தொலைபேசி: 04332 273444, 9444 77 26 86

நூல் வடிவம்: த பாபிரஸ், அச்சாக்கம்: அடையாளம் பிரஸ், இந்தியா

ISBN 978 81 7720 347 9

விலை: ₹ 80

> *Amerikka Jananaayakaththirku Aapaththaa?* is American Democracy in Peril in Tamil by Nageswari Annamalai, Published by Adaiyaalam, 1205/1 Karupur Salai, Puthanatham 621310, Thiruchirappalli District, India, email: info@adaiyaalam.net

தேர்தலில் வெற்றிபெறுவதற்கு வேட்பாளர் எதையும் செய்வார் என்னும் கருத்திற்கு இப்போது புது அர்த்தம் கிடைத்திருக்கிறது. பொய் உரைத்தல், ஏமாற்றுதல், திருடுதல், பயமுறுத்துதல், வன்முறைகளைத் தூண்டுதல் ஆகியவை இப்போது நம் அரசியலின் முக்கிய அங்கங்களாகி இருக்கின்றன. இந்தக் கறை இனி எப்போதும் நம்மைவிட்டுப் போகப்போவதில்லை.

- பாப் உட்வார்ட், ராபர்ட் கோஸ்டா ஆகியோர் ட்ரம்பைப் பற்றி எழுதிய *பெரில் (Peril)* என்னும் புத்தகத்தின் விமரிசனத்திலிருந்து.

# பொருளடக்கம்

| | |
|---|---:|
| முன்னுரை | xi |
| 1 வாக்குரிமை வரலாறு | 1 |
| 3 அமெரிக்கத் தேர்தல் முறை | 21 |
| 3 எதிர்பாராத விளைவுகள் | 25 |
| 4 தேர்தல் தோல்வியும் புரட்டுகளும் | 42 |
| முடிவுரை | 64 |

# முன்னுரை

அமெரிக்க ஜனநாயகம் உலகின் சிறந்த ஜனநாயகங்களுள் ஒன்று என்று திடமாக நம்பியவர்களுள் நானும் ஒருத்தி. அமெரிக்க ஜனநாயகத்திற்கு எப்போதாவது கேடு விளையலாம் என்று நான் ஒருபோதும் நினைத்ததில்லை. அமெரிக்காவில் தொடர்ந்து வாழ ஆரம்பித்த பிறகுதான் அமெரிக்க அரசியலில் உள்ள குறைபாடுகள் தெரியவந்தன; தேர்தலில் பணத்தின் பங்கு குறித்தும் நன்றாகத் தெரியவந்தது. எல்லாவற்றுக்கும் மேலாக ட்ரம்ப் ஜனாதிபதி யாகத் தேர்ந்தெடுக்கப்பட்டு அவர் அரசியல் புரிந்த விதம் அமெரிக்க ஜனநாயகத்தின் மேல் இருந்த என் நம்பிக்கையை ஓரளவு தகர்க்க ஆரம்பித்தது. ஜனநாயகத்திற்குப் புறம்பாக ட்ரம்ப் செய்த பல செயல்களை ஆதரிக்க அமெரிக்கர்கள் பலர் இருக்கிறார்கள் என்ற உண்மையை அறிந்தபோது ஹிட்லர் போன்றவர்கள் எப்படி அரசியல் ஆதிக்கம் செலுத்த முடிந்தது என்பது ஓரளவுக்குப் புரிந்தது. ட்ரம்ப் போன்றவர்கள் அமெரிக்க அரசியலில் தோன்றியதைவிட கிட்டத்தட்ட 50 சதவிகித அமெரிக்க மக்கள் அவரை—அவர் சார்ந்த குடியரசுக் கட்சியை—ஆதரிக் கிறார்கள் என்ற உண்மை பெரிய அதிர்ச்சியைக் கொடுத்தது.

ஐந்து வருடங்கள் அமெரிக்காவில் வாழ்ந்துவிட்டு 1970-களின் ஆரம்பத்தில் இந்தியா திரும்பியபோது, அமெரிக்காவின் ஜனாதிபதியாக பின்னால் முறைகேடாக நடந்த நிக்ஸன் தேர்ந்தெடுக்கப்பட்டிருந்தாலும் அமெரிக்கா பற்றிய என் பிம்பம் பெரிதாக மாறவில்லை. அவருக்குப் பிறகு தீவிர வலதுசாரியான ரீகன் அமெரிக்க ஜனாதிபதியாகத் தேர்ந்தெடுக்கப்பட்டிருந்தாலும் அமெரிக்க ஜனநாயகத்திற்கு ஆபத்து வரலாம் என்று எண்ணிய தில்லை. ஆனால் ட்ரம்ப் அமெரிக்க ஜனாதிபதியாகத்

தேர்ந்தெடுக்கப்பட்டு அதுவரை எந்த ஜனாதிபதியும் செய்திராத காரியங்களைச் செய்தபோது, அவரைத் தொடர்ந்து ஆதரிக்க அத்தனை அமெரிக்கர்கள் இன்னும் இருக்கிறார்கள் என்ற உண்மை உறைத்தபோது, அமெரிக்க ஜனநாயகத்தின் மேல் இருந்த என் நம்பிக்கை கொஞ்சம் ஆட்டம் கண்டது.

2022 நவம்பரில் நடந்த இடைத்தேர்தலில் ட்ரம்ப்பால் ஆதரிக்கப்பட்ட வேட்பாளர்களில் பலர் தோற்றனர்; ஆயினும் அவருக்கு இன்னும் அரசியல் எதிர்காலம் இருக்கிறதென்று நம்புவதற்குப் பல அமெரிக்கர்கள் இருக்கிறார்கள் என்று தெரிந்த போது அமெரிக்கா எங்கே போகிறது என்ற கேள்வியோடு அமெரிக்க ஜனநாயகத்தின்மேல் இருந்த நம்பிக்கை மேலும் குறையத் தொடங்கியது. இருப்பினும் ட்ரம்ப் 2020 தேர்தலில் தான் தோற்ற பிறகு, தேர்தல் முடிவுகளின் பொறுப்பில் இருந்த குடியரசுக் கட்சியைச் சேர்ந்த பல மாநில அரசியல் புள்ளிகளைத் தனக்குச் சாதகமாகத் தேர்தல் முடிவுகளை மாற்றும்படி கேட்டுக் கொண்ட சமயத்தில் அவருடைய வேண்டுகோளை எல்லோரும் மறுத்து விட்டார்கள் என்று அறிந்தது அமெரிக்க ஜனநாயகத்திற்கு ஆபத்து விளையலாம் என்ற எண்ணத்தை மாற்றிக்கொள்ள உதவியது. இப்போதைக்கு ட்ரம்ப் போன்றவர்களால் அமெரிக்க ஜனநாயகத்திற்கு ஆபத்து விளையக்கூடிய சாத்தியம் இருப்பதாகத் தெரிந்தாலும் நிரந்தர ஆபத்து விளையப் போவதில்லை என்று உணர்ந்தேன்.

இந்தப் புத்தகம் என்னுடைய மற்றப் புத்தகங்களைப் போன்றது அல்ல. அவை சரித்திரத்தில் நடந்த நிகழ்வுகளைப் பற்றியது. இது என் கண் முன்னாலேயே அமெரிக்காவில் வாழ்ந்துகொண்டிருந்த போது நடந்ததைப் பற்றியது. அதனால் நூலகத்திற்குச் சென்று படிக்க வேண்டிய தேவை குறைவாக இருந்தது. தொலைக் காட்சியில் வந்த பேட்டிகள், இணையதளக் கட்டுரைகள், *நியூயார்க் டைம்ஸ்* போன்ற தரமான பத்திரிகைகள் கொடுத்த செய்திகள் ஆகியவையே முக்கிய தரவுகளாக இருந்தன. இணையதளத் தரவுகளைத் திரட்டுவதற்கு கணினித் துறையில் பணியாற்றும் என் மகள் மெல்லியல் உதவினாள். அவளுக்கு நன்றி சொல்ல வேண்டும். நூலைத் தேடி நூலகம் செல்லும் தேவை குறைவாக இருந்தது. இது அன்றாட அரசியல் என்பதால் குடும்பத்தினர் அனைவரும் செய்திகளை அதிகமாக விவாதித்தோம். என் குடும்பத்தினருக்கு

நன்றி. இது பற்றி என்னுடன் விவாதித்த அமெரிக்க நண்பர்களுக்கும் நன்றி.

மிகக் குறுகிய காலத்தில் நூலை அச்சிட்டு உதவிய அடையாளம் குழுவினருக்கு நன்றி.

இந்தியாவிலும் ஜனநாயகத்திற்கு விரோதமான போக்கு அதிகரித்துவரும் அண்மைக்காலத்தில் இந்த நூல் வாசகர்களுக்கு ஒரு விழிப்புணர்வாக அமைந்தால் மகிழ்ச்சி அடைவேன்.

நாகேஸ்வரி அண்ணாமலை

# 1

## வாக்குரிமை வரலாறு

### ஜனநாயகம் பற்றிய கேள்விகள்

கிட்டத்தட்ட 240 ஆண்டுகளாக நிலைத்துநிற்கும் அமெரிக்க ஜனநாயகம் ஆட்டம் கண்டுவருகிறதா? உலகிலேயே ஜனநாயகத் திற்கு ஒளிவிளக்காகத் திகழும் அமெரிக்க ஜனநாயகத்திற்கு ஆபத்து ஏற்பட்டிருக்கிறதா? பல ஐரோப்பிய நாடுகளின் அரசியலையும் அரசியல் சாசனங்களையும் நுட்பமாக ஆராய்ந்து அமெரிக்க அரசியல் சாசனத்தை எழுதிய, அமெரிக்காவை உருவாக்கிய அமெரிக்க தேசத்தின் 'தந்தைகள்' அமெரிக்க ஜனநாயகத்திற்கு ஆபத்து ஏற்படலாம் என்று கற்பனைகூட செய்து பார்த்திருப்பார் களா? இவை ஒரு வகையான பார்வை.

இன்னொரு வகையான பார்வை. அமெரிக்கா தோன்றிய திலிருந்தே ஒரு ஜனநாயக நாடாகத்தான் விளங்கி வருகிறதா என்ற கேள்விக்கும் நாம் பதில் சொல்லியாக வேண்டும். ஐரோப்பாவின் பல நாடுகளிலுமிருந்து புதிய கண்டத்திற்கு வந்த குடியேறிகள் பிரிட்டனுடன் போராடி அமெரிக்க நாட்டை உருவாக்கி, அதை ஒரு ஜனநாயக நாடாக அறிவித்தவுடனேயே முதல் அரசில் அங்கு வாழ்ந்த அத்தனை பேருக்கும் சம உரிமைகள் வழங்கப்பட்டனவா? எல்லோருக்கும் அரசில் பங்கேற்கும் வாய்ப்புக் கிடைத்ததா? அதாவது அமெரிக்கா தன்னை ஒரு ஜனநாயக நாடு என்று பறைசாற்றிக்கொண்டாலும் உண்மையான ஜனநாயகம் அங்கு நிலவிற்றா?

### வாக்குரிமை இல்லாதவர்கள்

ஐரோப்பியக் குடியேறிகள் புதிய கண்டத்திற்கு வந்தபோது அங்கு ஏற்கனவே வாழ்ந்துவந்த பழங்குடி மக்கள் அங்கு எத்தனை பேர்

வந்தாலும் அனைவருக்கும் வாழ்வதற்குத் தேவையான நிலம் இருக்கிறது என்று நினைத்து அவர்களை வரவேற்றனர். ஆனால் புதிதாக ஐரோப்பாவிலிருந்து வந்த குடியேறிகளோ அவர்களை அழிப்பதிலேயே குறியாக இருந்தனர். அவர்களையும் சேர்த்துக் கொண்டு அரசு அமைப்பதைப் பற்றி நினைக்கவில்லை. அதன் பிறகு ஆப்பிரிக்காவிலிருந்து அடிமைகளாகக் கொண்டுவரப் பட்டவர்களுக்கும் எந்தவித உரிமைகளும் கொடுக்கவில்லை; அவர்களைத் தங்கள் உடமைகள்போல்தான் நடத்தினர். நிலைமை இப்படி இருந்ததால் எல்லோரையும் சேர்த்து அரசு அமைப்பதற்குரிய பேச்சே இல்லை. அமெரிக்கா ஒரு நாடாக உருவாகி பிறகு 85 ஆண்டுகளில் அடிமைகளுக்குச் சுதந்திரம் வழங்கப்பட்டாலும் எல்லாக் குடியுரிமைகளும் பெறுவதற்கு அவர்கள் இன்னும் நூறு ஆண்டுகள் காத்திருக்க வேண்டியதாயிற்று. அதன் பிறகுதான் அவர்களுக்கு அரசியலில் பங்கு பெறும் உரிமை முழுமையாகச் சட்டப்படி கிடைத்தது.

அமெரிக்கப் பெண்களைப் பொறுத்தவரை பல போராட்டங் களுக்குப் பிறகுதான்—1920இல்தான்—அவர்களுக்கு வாக்களிக்கும் உரிமையும் அதன் மூலம் அரசியலில் பங்குபெறும் உரிமையும் கிடைத்தன. அமெரிக்காவில் வெள்ளைஇன ஆண்களுக்கு மட்டுமே அரசியலில் பங்குபெறும் உரிமை இருந்தபோது அப்போதிருந்தே அமெரிக்காவில் ஜனநாயகம் இருந்தது என்று சொல்வது சரியாகாது.

**காலனிகள் நாடான வரலாறு**

1492-இல் கொலம்பஸ் அமெரிக்காவைக் 'கண்டுபிடித்த' பிறகு—அதாவது இந்தியாவிற்குப் போவதற்கு வழிதேடும் வகையில் இந்தியா என்று நினைத்து இரண்டு பெரிய அமெரிக்கக் கண்டங் களில் ஒன்றான வட அமெரிக்கக் கண்டத்தின் தீவுகளில் ஒன்றில் கால்பதித்த பிறகு—இங்கிலாந்தில் மதரீதியாக ஒடுக்கப்பட்டவர்கள் அமெரிக்கக் கண்டங்களில் தஞ்சம்புக ஆரம்பித்தார்கள். அப்போது இரண்டு அமெரிக்கக் கண்டங்களிலும் நிறைய பூர்வீக மக்கள் வாழ்ந்துவந்தாலும் அந்த மக்களை அடக்கி ஒடுக்கித் தாங்கள் அங்கு ஆட்சி செலுத்தலாம் என்ற எண்ணத்தோடு தஞ்சம் புகுந்தவர்கள் தங்களை அங்கு முழுமையாக நிலைநாட்டிக்கொண்டார்கள்.

அதன் பிறகு ஐரோப்பாவிலிருந்து பல நாடுகளைச் சேர்ந்தவர்களும் அமெரிக்கக் கண்டங்களில் குடியேற ஆரம்பித்தனர். 'நிறைய நிலம் இருக்கிறது, எத்தனை பேர் புதிதாகக் குடியேறினாலும் எல்லோருக்கும் இடம் இருக்கிறது' என்று நம்பிய, அங்கு ஏற்கனவே வாழ்ந்துவந்த பழங்குடிகளை அவர்களுடைய இடங்களிலிருந்து கொஞ்சம் கொஞ்சமாக விரட்டி, பிறகு கிட்டத்தட்ட அந்த இனத்தையே அழித்த பெருமை புதிதாகக் குடியேறிய ஐரோப்பியர்களையே சாரும்.

தங்கள் பாதுகாப்புக்காக இங்கிலாந்தை நம்பியிருந்த, வட அமெரிக்காவின் கிழக்குப் பகுதியில் குடியேறியிருந்த இந்த ஐரோப்பியர்கள் இங்கிலாந்தின் தளையிலிருந்து விடுபட எண்ணி தங்களைத் தனி நாடாகப் பிரகடனம் செய்துகொண்டனர். அப்போது 13 காலனிகளே வட அமெரிக்கக் கண்டத்தில் இருந்தன. இவை முதன்மை மாநிலங்களாகத் தங்களைப் பறைசாற்றிக் கொண்டன. பின்னால் குடியேறியவர்கள் புதிய மாநிலங்களை உருவாக்கி முதன்மை மாநிலங்களோடு சேர்ந்துகொண்டனர். அமெரிக்கக் கொடியில் முதன்மை மாநிலங்கள் நட்சத்திரங்களாகவும் பின்னால் சேர்ந்த மாநிலங்கள் சிவப்பு, ஊதா நிறத்தில் கோடுகளாகவும் சேர்க்கப்பட்டன.

ஆசியா, ஆப்பிரிக்கா முழுவதுமுள்ள நாடுகளை காலனியாக்கிக்கொண்ட பிரிட்டன் அமெரிக்கக் கண்டத்தில் தன் காலனி என்று நினைத்துக்கொண்டிருந்த புதிய அமெரிக்க நாட்டை அப்படி எளிதாக விட்டுவிடுமா என்ன! புதிய அமெரிக்காவுக்கு உதவியை நிறுத்தியதோடு அதன்மீது படையெடுக்கவும் செய்தது. புதிய அமெரிக்க நாட்டின் பாராளுமன்றக் கட்டடத்தை எரிக்கவும் செய்தது. ஆயினும் கடைசியில் புதிய அமெரிக்க நாடு பிரிட்டனை வென்று தன்னை நிலைநாட்டிக்கொண்டதோடு தென் அமெரிக்க நாடுகளும் தன் ஆதிக்கத்தில் இருக்கும் என்றும் அவற்றின் விஷயங்களில் தலையிட எந்த ஐரோப்பிய நாட்டிற்கும் உரிமை இல்லை என்றும் பறைசாற்றிக்கொண்டது. தனக்கு வடக்கே இருந்த கனடாவுக்கும் தெற்கேயிருந்த மெக்ஸிகோவிற்கும் சில சலுகைகள் கொடுத்துத் தன் பக்கம் வைத்துக்கொண்டது. இப்படியாக, பணபலத்திலும் படைபலத்திலும் அரசியல் செல்வாக்கிலும் வளர்ந்த அமெரிக்கா என்னும் புதிய நாடு செல்வத்திலும்

செல்வாக்கிலும் மேலும் மேலும் முன்னேறி உலகிலேயே முதன்மையான நாடாகியது. அமெரிக்கா உருவானபோது உலகில் உச்சத்தில் இருந்த நாடுகள் தங்கள் பலத்தையும் செல்வாக்கையும் இழந்துகொண்டிருக்க, அமெரிக்கா கொஞ்சம் கொஞ்சமாக முன்னேறி இரண்டாம் உலக யுத்தத்திற்குப் பிறகு உலகில் முதலிடத்தை எட்டிப் பிடித்தது.

### அமெரிக்கக் குடிகளின் பன்மைத்துவம்

அமெரிக்காவின் செல்வாக்கு உலக அரங்கில் உயர்ந்துகொண்டே போகப் போக உலகின் பல பாகங்களிலுமிருந்து அமெரிக்காவுக்குக் குடியேற விரும்புபவர்களின் எண்ணிக்கையும் கூடிக்கொண்டே போனது. முதலில் அமெரிக்கா ஐரோப்பாவிலிருந்து வர விரும்புபவர்களை மட்டுமே நாட்டிற்குள் அனுமதித்தது. அதிலும் ஐரோப்பிய நாடுகளிலிருந்து குடியேறியவர்களின் விகிதாசாரப்படி அந்தந்த நாடுகளிலிருந்து வர விரும்புபவர்களின் எண்ணிக்கையும் நிர்ணயிக்கப்பட்டது. அமெரிக்காவில் குடியேறியவர்களின் குடும்ப உறுப்பினர்களுக்கு முன்னுரிமை வழங்கப்பட்டது. இதனால் அப்போது அமெரிக்காவில் குடியேறியவர்கள் ஐரோப்பியர்கள் மட்டுமே. ஆசிய நாடுகளிலிருந்து யாரும் அமெரிக்காவில் குடியேறியிருக்கவில்லை.

ஜனாதிபதி லிண்டன் ஜான்ஸன் காலத்தில் (1963-1968) இந்த முறை மாற்றப்பட்டு அமெரிக்காவின் முன்னேற்றத்திற்கு உதவுபவர்கள், அதாவது, குறிப்பிட்ட திறன் உள்ளவர்கள், உலகின் எந்தப் பகுதியில் இருந்தாலும்—அமெரிக்காவிற்குள் அனுமதிக்கப்பட்டனர். இந்தக் கட்டத்தில் பல ஆசிய நாடு களிலிருந்து பலர் அமெரிக்காவில் குடியேறினர். அமெரிக்க நாணயமான டாலரின் மதிப்பு உலகச் சந்தையில் கூடிக்கொண்டே போனதால் அமெரிக்காவுக்குச் சென்று சில வருடங்கள் அங்கு தங்கி டாலர்களைச் சம்பாதித்துக்கொண்டு சொந்த நாட்டிற்குத் திரும்பினால் சொந்த நாட்டில் பணக்காரர்களாகிவிடலாம் என்ற எண்ணமும் வளர்ந்துவரும் நாடுகளிலிருந்து வருபவர்களிடையே தோன்றத் தொடங்கியது. அதனால் வளர்ந்துவரும் நாடுகளி லிருந்து பலர் அமெரிக்காவுக்கு வரத் துடித்தனர். அப்போது அமெரிக்க அரசு மட்டும்தான் வெளியிலிருந்து வருபவர்கள்

எவ்வளவு டாலர் வேண்டுமானாலும் அமெரிக்காவிலிருந்து எடுத்துச் செல்லலாம் என்ற கொள்கையை வைத்திருந்தது. அமெரிக்காவின் பொருளாதாரம் மிகவும் சிறந்து விளங்கியதால் அமெரிக்காவுக்கு வெளியே டாலர் எடுத்துச் செல்லப்படுவதை அமெரிக்க அரசு பொருட்படுத்தவில்லை. இப்போதும் அந்த ஏற்பாடு நீடிக்கிறது. பத்தாயிரம் டாலருக்கு மேல் வெளியே எடுத்துச் சென்றால் அப்படிச் செய்வதற்குமுன் சுங்கத்துறையிடம் தெரிவிக்க வேண்டும் என்ற விதி மட்டும் நடைமுறையில் இருக்கிறது.

அமெரிக்கா வளத்திலும் செல்வத்திலும் செல்வாகிலும் சிறந்து விளங்கியது மட்டுமல்லாமல் அமெரிக்கச் சமூக விழுமியங்களும் உலகம் முழுவதும் போற்றப்பட்டன. வளர்ந்துவரும் நாடுகளிலும் அந்நியரிடமிருந்து சுதந்திரம் பெற்று சில ஆண்டுகளே ஆகியிருந்த நாடுகளிலும் ஊழல் தலைவிரித்தாடிக்கொண்டிருந்தபோது அமெரிக்கா ஊழலற்ற சமுதாயமாக விளங்கியது எல்லோருக்கும் அமெரிக்கா மீது பெரிய மதிப்பு ஏற்பட வைத்தது. பிரிட்டனின் புகழ் உலக அரங்கில் மங்கிக்கொண்டு போகப் போக அமெரிக்காவின் புகழ் ஓங்கத் தொடங்கியது. அமெரிக்காவின் தொழில்நுட்ப வளர்ச்சியும் உலகின் கவனத்தைக் கவரத் தொடங்கியது. ப்ளிமத், செவர்லே போன்ற அமெரிக்கக் கார்களில் பவனி வரவேண்டும் என்ற கனவு எல்லோருக்கும் இருந்தது. அமெரிக்க டிஸ்னி லேண்டைப் பார்க்க விரும்பாதவர்கள் கிடையாது. அமெரிக்காவில் போல் நான்கு வருடங்களுக்கு ஒருமுறை ஜனாதிபதி தேர்தல் ஊழலற்ற முறையில் நடந்து தேர்தலில் வெற்றி பெற்றவர் அரசுக்குத் தலைமை தாங்கி நாட்டை நடத்திச் செல்வதுபோல் தங்கள் நாட்டிலும் நடக்கக்கூடாதா என்று உலகம் முழுவதும் ஏங்கியோர் பலர்; ஊழலற்ற அரசுக்கும் அரசியலுக்கும் சமூகத்திற்கும் அமெரிக்கா ஒரு உதாரணமாக விளங்கியது.

இரண்டாவது உலக யுத்தத்தின்போது நண்பர்களாக இருந்த சோவியத் யூனியனும் அமெரிக்காவும் போட்டியாளர்களாக மாறத் தொடங்கினர். கம்யூனிஸத்தின் அடிப்படையில் லெனின் உருவாக்கிய சோவியத் யூனியன் ஸ்டாலின் காலத்தில் உரு மாறத் தொடங்கியது; ஸ்டாலின் சோவியத் யூனியனின் சர்வாதிகாரி யானார். அமெரிக்காவுக்கும் சோவியத் யூனியனுக்கும் இடையில்

பகைமை வளரத் தொடங்கியது; விண்வெளி ஆராய்ச்சியில் சோவியத் யூனியன் முதன்மை இடம் வகித்தாலும் சில ஆண்டு களிலேயே அமெரிக்கா சோவியத் யூனியனை ஓரங்கட்டியது. சந்திரனில் கால்பதித்த முதல் மனிதர் அமெரிக்கர் என்பதோடு அதன் பிறகு தொடர்ந்து சந்திரனுக்கு விண்கலன்களை அனுப்பி ஆராய்ச்சி செய்த பெருமையும் அமெரிக்காவையே சாரும். விண்வெளி ஆராய்ச்சியில் மட்டுமல்ல உலகின் பல தொழில் நுட்ப வளர்ச்சிகளும் அமெரிக்காவில்தான் தோன்றின. தொலை பேசி, மின்சார விளக்கு, விமானம் என்று எதையெடுத்தாலும் அவை கண்டுபிடிக்கப்பட்டது அமெரிக்காவில்தான்.

அமெரிக்கத் தொழில்நுட்பம் வளர்ந்துகொண்டே போனதால் அமெரிக்கா உலகின் பல பாகங்களிலிருந்தும் தொழில்நுட்ப வல்லுநர்களைத் தன் பக்கம் ஈர்க்கத் தொடங்கியது. மனிதகுல வரலாற்றில் பெரிய புரட்சியை ஏற்படுத்திய கணினியின் கண்டு பிடிப்பும் அமெரிக்காவில்தான்; அதன் பிறகு கணினி தொடர் பான இன்டர்னெட், மின்னஞ்சல், யூட்யூப் ஆகிய எல்லாம் அமெரிக்காவில்தான் உருவாகின. இவற்றை உருவாக்கியவர்கள் அமெரிக்காவில் பிறந்து வளர்ந்தவர்கள் இல்லையென்றாலும் அமெரிக்காதான் அங்கே குடியேறிய இவர்களுக்கு எல்லாக் கல்வியும் வசதிகளும் அளித்து இவர்கள் அவற்றை உருவாக்க வாய்ப்புக் கொடுத்தது. உலகின் எல்லா நாடுகளிலிருந்தும் பல வல்லுநர்கள் அமெரிக்காவில் குவியத் தொடங்கினர்; அமெரிக்காவும் அத்தனை பேருக்கும் வாழ்வளித்ததோடு தானும் மிகுந்த பயன் அடையத் தொடங்கியது. பல நாட்டு விஞ்ஞானிகள், அறிஞர்கள், வல்லுநர்கள் அமெரிக்காவுக்கு வந்ததால் அந்தந்த நாடுகள் தங்கள் வல்லுநர்களை இழந்துவிட்டன என்ற குற்றச்சாட்டு ஒருபுறம் இருந்தாலும், அமெரிக்காவோ அங்குவரும் வல்லுநர்களோ இதைப் பற்றிக் கவலைப்பட்டதாகத் தெரியவில்லை. உரிய முறையில் அனுமதி பெற்று வந்தவர்களோடு தென் அமெரிக்க நாடுகளிலிருந்தும் பலர் அமெரிக்காவிற்குள் அனுமதி இல்லாமல் நுழையத் தொடங்கினர்.

அமெரிக்கா என்றாலே சொர்க்க பூமி, அங்கு பாலும் தேனும் பாய்கிறது, எப்படியும் பிழைத்துக்கொள்ளலாம் என்ற எண்ணம் உலகம் முழுவதும் பரவத் தொடங்கியது. இது ஓரளவுக்கு உண்மை

என்றாலும் அமெரிக்காவிலும் வறியவர்கள் இருக்கிறார்கள், வறுமைக்கோடு இருக்கிறது என்பதை பலர் அறிந்திருக்க வில்லை.

## ஆப்பிரிக்க அடிமைகளை நடத்திய விதம்

ஆப்பிரிக்காவிலிருந்து அடிமைகளாகக் கொண்டுவரப்பட்ட நீக்ரோ இனத்தைச் சேர்ந்தவர்கள்தாம் அமெரிக்கா வளமடைந்ததற்கு முக்கிய காரணம் என்பதை அமெரிக்க வெள்ளையர்களில் பலர் ஒப்புக்கொள்ளுவதில்லை. 1620-இலேயே ஆப்பிரிக்க அடிமை களைக் கொண்டுவந்த முதல் கப்பல் அமெரிக்காவை வந்தடைந்தது. அடிமைகளாகக் கொண்டுவரப்பட்டவர்கள் அமெரிக்கப் பணக் காரர்களின் நிலங்களிலும் வீடுகளிலும் உழைக்கத் தொடங்கினர். வெள்ளையர்களோ அவர்களின் குடும்பங்களைப் பிரித்தார்கள். தங்கள் அடிமைகளில் சிலரைப் பிற பணக்காரர்களுக்கு விற்றார்கள். அவர்கள் தப்பிப் போக நினைத்தால் அவர்களுக்கு அவர்களுடைய கால்விரல்களை வெட்டுவது போன்ற கொடிய த்ண்டனை கொடுத்தார்கள். பள்ளிகளுக்குச் சென்று படிக்கும் வாய்ப்பை அவர்களுக்கு மறுத்தார்கள். அவர்கள் படிக்க விரும்புவதாகத் தெரிந்தாலே அவர்களுக்குத் தண்டனை கொடுத்தார்கள். அவர்களில் தோல் நிறம் கொஞ்சம் கூடுதலாக இருப்பவர்களை வீட்டில் வேலை செய்வதற்கு வைத்துக்கொண்டார்கள்., கறுப்பாக இருந்தவர்களைத் தோட்டங்களிலும் பண்ணைகளிலும் கடுமையாக உழைக்கக் கட்டாயப்படுத்தினர். தவறு செய்ததாக நினைத்தால் பெண்களுக்குக்கூட கசையடி கொடுத்தனர். அமெரிக்காவின் 'தேசத்தந்தை' என்று கருதப்படும் வாஷிங்டன் நூறுக்கும்மேல் அடிமைகளை வைத்திருந்தார். ஐரோப்பாவிலிருந்து குடியேறிய வெள்ளையர்களுக்கு அவர் அமெரிக்க நாட்டை உருவாக்கிக் கொடுத்தாலும் அடிமைகளாகக் கொண்டுவரப்பட்டவர்களை அன்போடு நடத்தவில்லை. அவருடைய அடிமைகளில் ஒருவர் ஒரு கையில் காயம்பட்டு வயலில் மெதுவாக வேலைசெய்தபோது 'காயம் பட்டாலும் உன்னால் சாப்பிட முடிகிறதே, வேலை மட்டும் செய்ய முடியவில்லையா?' என்று கேட்ட புண்ணியவான் அவர்.

ஆப்பிரிக்கர்களை அடிமைகளாக வைத்திருந்த பல பணக் காரர்கள் அவர்களைத் தங்கள் சொத்துக்கள்போல்தான்—

கால்நடைகள் போலத்தான்—நடத்தினார்கள். தேவைப்படும் போது பெண்களைத் தங்கள் இச்சைக்குரிய பொருளாகவும் பயன் படுத்திக்கொண்டனர். அதனால்தான் இப்போது பல ஆப்பிரிக்க அமெரிக்கர்களிடம் வெள்ளையர்களின் மரபணுக்கள் இருக்கின்றன. அவர்களில் தோல் நிறம் கொஞ்சம் வெள்ளையாக இருப்பவர் களுக்கு இப்போதும் மவுசு அதிகம். ஜெஃபர்ஸன் என்னும் அமெரிக்க ஜனாதிபதிக்கு கறுப்புப் பெண் ஒருத்தி 'சின்ன வீடாக' இருந்து பல குழந்தைகள் பெற்றிருக்கிறாள். இவர்களின் வாரிசுகள் இப்போது பல்கிப் பெருகியிருக்கிறார்கள். இவர் மட்டுமல்ல, பல வெள்ளை அமெரிக்கர்கள் தங்கள் அடிமைப் பெண்களிடம் 'உறவு' வைத்துக்கொண்டு பிள்ளைகள் பெற்றிருக்கிறார்கள். ஆனால் அவர் களுக்கு எந்த அந்தஸ்தும் உரிமையும் கொடுக்கவில்லை. அந்தப் பிள்ளைகளைத் தங்கள் வாரிசுகள் என்று வெளிப்படையாகக் கூறிக் கொள்ளவும் இல்லை. அவர்களுடைய தாய்மார்களுக்கு மட்டுமே அவர்களுடைய உண்மைத் தகப்பன் யாரென்று தெரியும்.

### அடிமை ஒழிப்புக்குப் பின்னும் கறுப்பர்களின் தாழ்நிலை

ஒரு சில வெள்ளையர்கள் தங்களுடைய அடிமைகளிடம் கொஞ்சம் அன்பு காட்டினாலும் அவர்களுக்குச் சுதந்திரமும் உரிமைகளும் கொடுப்பதை விரும்பவில்லை. அதிலும் குறிப்பாக, அடிமைகளின் உழைப்பை உறிஞ்சி அதனால் பயனடைந்த தென் மாநிலங்களான டெக்ஸாஸ், லூஸியானா, ஆர்க்கன்ஸாஸ், மிஸிஸிபி, டென்னஸி, அலபாமா, ஜார்ஜியா, வட கரோலினா, தென் கரோலினா, வெர்ஜீனியா, ஃப்ளோரிடா ஆகிய பதினொரு மாநிலங்கள் அடிமைத்தளையைத் தொடரவே விரும்பின. 1830இலிருந்தே வட மாநிலங்களுக்கும் தென் மாநிலங்களுக்கும் இடையே அடிமைகளை வைத்துக்கொள்வதைப் பற்றி, மாநில உரிமைகள் பற்றி உரசல் இருந்துகொண்டே வந்தது. வட மாநிலங்களில் தொழில்வளர்ச்சி ஏற்பட்டு தொழிற்சாலைகள் வளரத் தொடங்கின. அங்கு வேளாண்மை சிறிய அளவில்தான் நடந்துவந்தது. தென் மாநிலங்களிலோ பருத்தியும் புகையிலையும் விளைவிக்க சீதோஷ்ணநிலை தோதாக இருந்ததால் ஆப்பிரிக்க அடிமைகளின் உழைப்பை முக்கியமாகக் கொண்டு மேலே குறிப்பிட்ட இரண்டு விவசாயப் பொருள்களும் அதிகமாக

விளைவிக்கப்பட்டன. தென் மாநிலங்களின் பொருளாதாரம் இந்த வேளாண்மையின் அடிப்படையில்தான் இயங்கி வந்தது. புதிய ஐரோப்பியக் குடியேறிகள் புதிய அமெரிக்க நாட்டில் குடியேறிக் கொண்டே போனதால் புதிய மாநிலங்கள் ஏற்கனவே தோன்றி யிருந்த 13 மாநிலங்களுக்கு மேற்கில் தோன்றத் தொடங்கின. வட மாநிலங்களில் அடிமை ஒழிப்பு எண்ணம் தோன்றி வளர்ந்து வந்ததும் புதிதாகத் தோன்றிய மேற்கு மாநிலங்களில் அடிமைத்தளை பரவாமல் இருப்பதற்கு மேற்கொள்ளப்பட்ட நடவடிக்கைகளும் அடிமைகளின் உழைப்பை நம்பியிருந்த தென் மாநிலங்களிடையே பயத்தை உண்டுபண்ணின. அடிமைகளின் உழைப்பைத் தொடர்ந்து பயன்படுத்திக்கொள்வதற்கு அந்த மாநிலங்கள் திட்டம் தீட்டத் தொடங்கின.

அமெரிக்காவின் 16ஆவது ஜனாதிபதியான ஆபிரஹாம் லிங்கன் தன் இளமைப் பருவத்திலேயே ஆப்பிரிக்காவிலிருந்து மனிதர்கள் கொண்டுவரப்பட்டு அமெரிக்காவில் அடிமைகளாக விற்கப் படுவதைப் பார்த்திருக்கிறார். அப்போதே அதை வெறுத்திருக்கிறார். அடிமைத்தளையைக் களைய வேண்டும் என்று விரும்பி யிருக்கிறார். 1860இல் நடந்த ஜனாதிபதித் தேர்தலில் போட்டி யிட்டபோது செய்த தேர்தல் பிரச்சாரத்தில் அடிமைகளுக்கு விடுதலை கொடுப்பது பற்றித் தீவிரமாகப் பேசியிருக்கிறார். அதனால் லிங்கன் ஜனாதிபதியாகத் தேர்ந்தெடுக்கப்பட்டால் ஆப்பிரிக்க அடிமைகளுக்குச் சுதந்திரம் கொடுத்துவிடலாம் என்று பயந்த தென் மாநிலங்கள் அவர் தேர்ந்தெடுக்கப்படுவதைத் தடுப்பதற்கு எவ்வளவோ முயன்றும் அது முடியவில்லை. அவர் தேர்ந்தெடுக்கப்பட்டதால், ஏழு தென் மாநிலங்கள் அமெரிக்க யூனியனிலிருந்து பிரிந்துபோய் தனி நாடாக இயங்க முயன்று வட மாநிலங்கள் அடங்கிய யூனியனின் மீது போர் தொடுத்தன. பின்னால் இன்னும் நான்கு மாநிலங்கள் அவற்றோடு சேர்ந்து கொண்டன. இந்த மாநிலங்கள் தங்களை *கான்ஃபெடரேட் ஸ்டேட்ஸ்* என்று அழைத்துக்கொண்டன. மற்றவை யூனியன் மாநிலங்கள் எனப்பட்டன.

**உள்நாட்டுப் போர்**

லிங்கன் 1861 மார்ச்சில் பதவியேற்று (அப்போதும் ஜனாதிபதித்

தேர்தல் நவம்பரிலேயே நடத்தப்பட்டாலும் பல மாநிலங்களிலிருந்து தேர்ந்தெடுக்கப்பட்ட பாராளுமன்ற உறுப்பினர்கள் தலைநகர் வாஷிங்டனை வந்தடைய நாள்கள் ஆகுமாதலால் மார்ச்சில்தான் ஜனாதிபதியின் பதவியேற்பு நடக்கும்) சில தினங்களிலேயே—அதாவது ஏப்ரல் 12 அன்று—தென் மாநிலங்கள் தென் கரோலினா மாநிலத்திலுள்ள சம்டர் கோட்டையைத் தாக்கின. இரண்டே நாள்களில் சம்டர் கோட்டையின் கமாண்டர் சரணடைந்தார். இதையடுத்து வெர்ஜினியா, வட கரோலினா, அர்கன்ஸாஸ், டென்னஸி ஆகிய மாநிலங்கள் கான்ஃபெடரேட் மாநிலங்களோடு சேர்ந்துகொண்டு யூனியனை எதிர்க்கத் தயாராகின. மிஸௌரி, கென்டக்கி, மேரிலாண்ட் ஆகிய மாநிலங்கள் இந்த மாநிலங்களோடு சேரவில்லையென்றாலும் அந்த மாநிலங்களில் இவர்களுக்கு ஆதரவு தெரிவித்தவர்கள் நிறையப் பேர் இருந்தனர். வட மாநிலங்கள் அதிக மக்கள்தொகை, தொழில்வளம், பல வகையான பொருள்களை உற்பத்தி செய்யும் தொழிற்சாலைகள், புதிதாக ரயில்பாதை அமைத்தல் ஆகிய வற்றில் சிறந்து விளங்கினாலும், தென்மாநிலங்களில் போர் புரிதலில் சிறந்து விளங்கிய பலர் இருந்தனர்; மேலும் அவர்கள் தங்கள் பாரம்பரிய வாழ்க்கை முறையை, குறிப்பாக அடிமைகளை வைத்து வேலைவாங்கி தங்கள் செல்வத்தைப் பெருக்கிக் கொள்வதை விடத் தயாராக இல்லை. சில மாதங்களிலேயே இந்தப் போர் சீக்கிரமே முடியப் போவதில்லை என்பதை இரு தரப்பும் உணர்ந்துகொண்டன. இருதரப்பும் மேலும் மேலும் துருப்புகளைச் சேர்த்துக்கொண்டு போர்புரிந்தன. போர் முடிவுக்கு வந்தபோது மூன்றரை லட்சம் யூனியன் வீரர்களும் இரண்டரை லட்சம் கான்ஃபெடரேட் வீரர்களும் இறந்திருந்தனர்.

ஜனாதிபதி லிங்கன் அடிமைகளை விடுதலை செய்யும் ஆணையை 1863 ஜனவரியில் பிறப்பித்தார். 1865இல் அமெரிக்காவில் நடந்த உள்நாட்டுப் போர் முடிவுக்கு வந்து யூனியன் வெற்றிபெற்றது. ஏப்ரல் 26 அன்று போர் முடிந்து யூனியனின் வெற்றி அதிகாரபூர்வமாக அறிவிக்கப்படுவதற்கு முன்பே கான்ஃபெடரேட் மாநிலங்களின் ஆதரவாளரும் நடிகருமான ஜான் வில்க்ஸ் பூத் லிங்கனைத் தியேட்டரில் அவர் தன் மனைவியுடன் நாடகம் பார்த்துக்கொண்டிருந்தபோது சுட்டுக் கொன்றான்.

## உள்நாட்டுப் போருக்குப் பிறகு கறுப்பர் உரிமைகள்

தோற்ற தென் மாநிலங்களை மறுபடி யூனியனோடு சேர்த்துக் கொள்வதும் புதிதாக விடுதலை பெற்ற ஆப்பிரிக்க அமெரிக்கர் களின் உரிமைகள் பற்றி முடிவு செய்வதும் உள்நாட்டுப் போருக்குப் பிறகு யூனியனுக்கு ஒரு சவாலாக அமைந்தன. இதன் பிறகு 1865-1877 வரையிலான ஆண்டுகளைப் புனரமைப்புக் காலம் என்கிறார்கள். இவை அமெரிக்கச் சரித்திரத்திலேயே முக்கியமான ஆண்டுகளாகும். அமெரிக்க உள்நாட்டுப் போர் நாடு பிளவு படுவதைத் தடுத்தது; பெயரளவிலாவது மூன்று அரசியல் சாசனத் திருத்தங்கள் மூலம் கறுப்பர்களுக்கு வெள்ளையர்களுக்குச் சமமான குடிமையுரிமைகள் வழங்கியது. பதின்மூன்றாவது திருத்தத்தின் மூலம் கறுப்பர்களுக்கு விடுதலை வழங்கப்பட்டது. பதினான்காவது திருத்தத்தின் மூலம் அவர்களுக்குக் குடிமை யுரிமைகள் வழங்கியது. பதினைந்தாவது திருத்தத்தின் மூலம் ஓட்டளிக்கும் உரிமையை வழங்கி அவர்கள் அரசியலில் பங்கு பெறும் உரிமையை வழங்கியது. இந்த மூன்று திருத்தங்களையும் புனரமைப்புத் திட்ட திருத்தங்கள் என்று அழைப்பார்கள். பிரிந்து போக நினைத்த பதினோரு மாநிலங்களை யூனியனோடு சேர்த்ததையும் அதில் யூனியன் பாராளுமன்றத்தின் பங்கு என்ன என்பதை விளக்குவதே இந்தப் புனரமைப்புத் திட்டத்தின் சாராம்சம்.

ஆபிரஹாம் லிங்கனுக்குப் பிறகு ஜனாதிபதியாகப் பதவியேற்ற ஆண்ட்ரூ ஜான்ஸன் முதலில் யூனியனுக்கு ஆதரவாகத்தான் செயல்பட்டார். ஆனால் சீக்கிரமே கறுப்பர்களுக்கும் அவர்களுக்கு ஆதரவாகயிருந்த குடியரசுக் கட்சியைச் சேர்ந்தவர்களுக்கும் (லிங்கன் காலத்தில் குடியரசுக் கட்சிதான் தாராளவாதக் கட்சியாக இருந்தது; ஜனநாயகக் கட்சி பழமைவாதக் கட்சியாக இருந்தது) எதிராகச் செயல்படத் தொடங்கினார். விடுதலை பெற்ற அடிமைகள் பற்றிய சட்டங்களை இயற்றுவதைத் தென்மாநிலங்களிடம் விட்டுவிட்டார். லிங்கனின் கடைசிச் சொற்பொழிவில் விடுதலை பெற்ற கறுப்பர்களுக்கு முழு சுதந்திரமும் வாக்குரிமையும் கொடுக்க வேண்டும் என்று கூறியிருந்தார். ஆனால் ஜான்ஸனும் தென் மாநிலங்களைச் சேர்ந்த ஜனநாயகக் கட்சியினரும் லிங்கனின் இந்தத் திட்டத்திற்கு நேர் எதிராக இருந்தனர். 1866இல்

நடந்த இடைத்தேர்தல்களில் (இரண்டு வருடங்களுக்கு ஒரு முறை அமெரிக்கப் பாராளுமன்ற மேலவைக்கும் (செனட்) கீழவைக்கும் (House of Representatives) தேர்தல் நடக்கும்). குடியரசுக் கட்சிக்கு நிறைய இடங்கள் கிடைத்ததால், கறுப்பர்களுக்குக் குடிமையுரிமை வழங்கும் பொறுப்பு மத்திய அரசிடம் ஒப்படைக்கப்பட்டது. விடுவிக்கப்பட்டவர்களுக்காக ஓர் அரசுத் துறையும் (ஃப்ரீட்மென் பீரோ) உண்டாக்கப்பட்டது. கறுப்பர்களுக்குக் குடிமையுரிமைகள் வழங்காத மாநிலங்களைக் கலைத்து அங்கு புதிய தேர்தல்கள் நடத்தப்பட்டு, புதிய அரசுகள் அமைக்கப்பட்டன.

### அரசியல் உரிமைகள் மறுக்கப்பட்டன

இந்தப் பாராளுமன்றம் ஜான்ஸனைப் பதவியிறக்கம் செய்ய முயன்றபோது ஒரேயொரு வாக்கில் அது தோற்றுப் போனது. கு க்ளக்ஸ் க்ளான் (Ku Klux Klan) போன்ற கறுப்பர்களுக்கு எதிரான இயக்கங்கள் தோன்றி கறுப்பர்களை மிரட்டியது, கொலை செய்தது; கறுப்பர்களுக்கு ஆதரவாகச் செயல்பட்ட ஒரு கீழவை அங்கத்தினரைக்கூடக் கொலை செய்தது. மெம்பஸிலும் நியூ ஆர்லியன்ஸிலும் கறுப்பர்களுக்கு எதிராகக் கலவரங்கள் வெடித்தன; பல கறுப்பர்கள் கொல்லப்பட்டனர்.

1868இல் நடந்த ஜனாதிபதித் தேர்தலில் யூலிஸிஸ் க்ரான்ட் ஜனாதிபதியானார். இவரும் கறுப்பர்களுக்கு ஆதரவாகப் பாராளுமன்றம் இயற்றிய சட்டங்களைச் செயல்படுத்த முயன்றார். கு க்ளக்ஸ் க்ளானின் வன்செயல்களை முடிவுக்குக் கொண்டுவர முயன்றார். பத்து மாநிலங்களில் கறுப்பர்களும் அவர்களுக்கு ஆதரவாகயிருந்த வெள்ளையர்களும் சேர்ந்து அரசு அமைத்தனர். பொதுப்பள்ளிகள், நன்கொடை நிறுவனங்கள் அமைத்தல் போன்ற நற்பணிகளும் போக்குவரத்துச் சாதனங்களை மேம்படுத்துதல் போன்ற சாதனைகளும் ஏற்பட்டன. இருந்தாலும் ஜனநாயகக் கட்சியைச் சேர்ந்த வெள்ளையர்கள் கொஞ்சம் கொஞ்சமாக தென் மாநிலங்களை ஒவ்வொன்றாகப் பிடித்துக் கொண்டனர். சில சமயங்களில் தேர்தல்களில் ஊழல் புரிந்தும் வன்முறைகளைக் கையாண்டும் இதைச் சாதித்துக்கொண்டனர். 1873இல் ஏற்பட்ட பெரிய பொருளாதார வீழ்ச்சிக்குப் பிறகு

வடமாநிலங்களில் ஜனநாயகக் கட்சியினர் பதவிக்கு வந்தனர். தென் மாநிலங்களிலும் வெள்ளையர்களின் கை ஓங்கத் தொடங்கியது. இந்தக் காலத்தில் கறுப்பர்களுக்கு ஓட்டுரிமையை மறுத்துத் தென் மாநிலங்களில் சட்டங்கள் இயற்றப்பட்டன. யூனியனின் ராணுவமும் தென் மாநிலங்களிலிருந்து விலக்கப் பட்டது.

குடியரசுக் கட்சிக்குள்ளேயே இருந்த பிளவுகளை இவரால் தீர்க்க முடியவில்லை. நாளடைவில் புனரமைப்புக்கான ஆதரவு கொஞ்சம் கொஞ்சமாகக் குறையத் தொடங்கியது.

போரில் தென் மாநிலங்கள் தோற்றுப் போனாலும் 'கறுப்பர் களுக்கான சட்டங்களை' (Black Codes) இயற்றித் தொடர்ந்து அவர்களின் உழைப்பை உறிஞ்சிக்கொண்டிருந்தனர். வெள்ளை இனத்தவர்கள் அனுபவித்துக்கொண்டிருந்த எந்த உரிமைகளும் கறுப்பர்களுக்கு வழங்கப்படவில்லை. அடிமைத்தளை ஒழிக்கப் பட்டாலும் கறுப்பர்களின் நிலையில் எந்தவித முன்னேற்றமும் இல்லை; கறுப்பர்களுக்கான புதிய சட்டங்களை இயற்றி தென் மாநில அரசுகள் அவர்களின் உழைப்பைத் தொடர்ந்து உறிஞ்சு வதையும் அவர்களை அடிமைகள்போல் நடத்துவதையும் விடவில்லை. வெள்ளை இனப் பண்ணையாளர்கள் கறுப்பர்களை நிலம் வாங்குவதற்கோ நிலத்தை வாடகைக்கு எடுத்து விவசாயம் செய்வதற்கோ விடவில்லை. அவர்களுடைய உழைப்பிற்கும் முன்பு மாதிரியே மிகக்குறைந்த சம்பளமே கொடுத்தனர். 1865இல் பதின்மூன்றாவது அரசியல் சாசனத் திருத்தம் எல்லா மாநிலங் களாலும் அங்கீகரிக்கப்பட்டாலும் அதிலிருந்த ஒரு ஓட்டையைப் பயன்படுத்திக் கறுப்பர்களைத் தொடர்ந்து கொடுமைப்படுத்தி வந்தனர். அந்தத் திருத்தப்படி கறுப்பர்களை அடிமைகளாக வைத்திருப்பதும் கடுமையாக வேலைவாங்குவதும் சட்ட விரோதச் செயல்கள் என்றாலும் குற்றம் புரிபவர்களை மறுபடி அடிமைத் தளைக்கு உட்படுத்தலாம் என்ற விதியைப் பயன்படுத்தி அவர்களைத் தண்டித்தனர்.

## கறுப்பர்களின் தேர்தல் வெற்றி

அடிமைத்தளையிலிருந்து அடிமைகளை விடுவித்த பிறகு அவர்களுக்கு வாக்குரிமை அளித்து அரசியலில் பங்குகொள்ள

வைக்க வேண்டும் என்று குடியரசுக் கட்சியினர் நினைத்தனர். விடுவிக்கப்பட்ட எல்லா ஆண்களுக்கும் வாக்குரிமை வழங்கினர். 1866இல் நடந்த தேர்தலில் அவர்கள் முதல் முதலாக வாக்களித்தனர். புனரமைப்பின்போது 1500-க்கும் மேலான விடுவிக்கப்பட்ட ஆண்கள் தெற்கில் அரசு அலுவலகங்களில் பணிபுரிந்தனர். இவர்களில் சிலர் வடக்கே தப்பித்துப்போய் அங்கு கல்வி கற்றுத் தெற்கிற்குத் திரும்பியவர்கள். அவர்களுக்கு வாக்குரிமை இருந்ததால் தேர்தலில் வாக்களிக்க முடிந்தது. அவர்களுடைய எண்ணிக்கைக்கு தகுந்தாற்போல் அரசில் பதவி வகிக்கவில்லை என்றாலும் அவர்களால் தங்களுக்கு வேண்டிய வெள்ளை இனத் தவர்களைத் தேர்ந்தெடுக்க முடிந்தது. பெண்களுக்கான ஓட்டுரிமை பற்றி விவாதம் நடந்தாலும் அப்போதைக்கு அது தள்ளிவைக்கப் பட்டது. அமெரிக்கப் பெண்கள் தங்கள் ஓட்டுரிமைக்காக 1920 வரைக் காத்திருக்க வேண்டியதாயிற்று.

விடுதலை கிடைத்த அடிமைகளுக்கு வழங்கப்பட்ட இந்த மாதிரிச் சலுகைகள் 1890-1908 வரை தென் மாநிலங்கள் இயற்றிய புதுச் சட்டங்களால் கொஞ்சம் கொஞ்சமாக மறுக்கப்பட்டன. பழைய சட்டங்களால் படிக்காத, ஏழை வெள்ளையர்கள் தங்கள் வாக்குரிமையை இழக்காவிட்டாலும் விடுவிக்கப்பட்ட கறுப்பர்கள் வாக்குரிமையை இழந்தனர். ஆப்பிரிக்க அமெரிக்கர்களின் விடுதலைக்கு ஓரளவு தங்களைப் பழக்கப்படுத்திக்கொண்டாலும் அவர்கள் அரசியலில் பதவி வகிப்பதையோ தங்களுக்குச் சமமாக சமூகத்தில் இடம்பெறுவதையோ தெற்கில் இருந்த வெள்ளையர் களால் தாங்கிக்கொள்ள முடியவில்லை. நேற்றுவரை அடிமை களாக இருந்தவர்கள் தற்போது தங்களுக்குச் சமமாக உரிமைகள் பெறுவதை அவர்களால் ஒப்புக்கொள்ள முடியவில்லை. இருப்பினும் அவர்களுடைய நிலம் அவர்களிடமிருந்து பறிக்கப் பட்டு விடுதலை பெற்ற நீக்ரோக்களுக்குக் கொடுக்கப்படலாம் என்று அவர்கள் அஞ்சினர். ஆண்ட்ரூ ஜான்ஸன் இயற்றிய சட்டங் களால் அந்த அச்சம் களையப்பட்டது அவர்களுக்குக் கொஞ்சம் நிம்மதியைக் கொடுத்தது.

கறுப்பர்களின் நிலையில் ஏற்பட்ட முன்னேற்றத்திற்குக் காரணமாகயிருந்த புனரமைப்பு, தென் மாநில அரசுகளில் ஏற்பட்ட ஊழல், நாடு முழுவதும் ஏற்பட்ட பொருளாதார வீழ்ச்சி,

கு க்ளக்ஸ் க்ளான் போன்ற அமைப்புகள் கறுப்பர்களுக்கு எதிராகச் செய்த வன்முறைகள், ஜனநாயகக் கட்சி மறுபடி தென் மாநிலங் களில் பதவியைக் கைப்பற்றியது போன்ற காரணங்களால் முடிவுக்கு வந்தது. தென் மாநிலங்களில் பதவிக்கு வந்த ஜனநாயகக் கட்சியைச் சேர்ந்தவர்கள் கறுப்பர்களுக்குக் கொடுக்கப் பட்ட விடுதலையை ஏற்றுக்கொண்டாலும் அவர்களுக்குச் சம உரிமைகள் கொடுக்கப்படுவதை ஒப்புக்கொள்ளவில்லை. சமூகத்தின் எல்லா இடங்களிலும் அவர்களைத் தனிமைப் படுத்தினர். அவர்களுக்குத் தனிப் பள்ளிகள், தனி உணவகங்கள் போன்றவை உருவாயின. அவர்களுக்குச் சட்டப்படி எல்லா உரிமைகளும் வழங்கப்பட்டிருந்தாலும் நடைமுறையில் கறுப்பர் களின் நிலை பழையபடியே தொடர்ந்தது. சமூகத்தின் இரண்டாம் தரக் குடிமக்களாகவே கறுப்பர்கள் தொடர்ந்து வாழ்ந்து வந்தனர்.

## அரசியல் விழிப்புணர்ச்சி

கறுப்பர்களால் தொடர்ந்து தங்களுக்குக் கிடைத்த சுதந்திரத்தின் நன்மைகளை அனுபவிக்க முடியவில்லை. இரண்டாவது உலகப் போரில் அமெரிக்காவின் சார்பில் கலந்துகொண்ட கறுப்பர்கள் அங்கு மற்ற நாடுகளிலிருந்து வந்திருந்தவர்களின் நிலையைக் கண்டு தங்களுடைய உரிமைகள் பற்றி எண்ணத் தொடங்கினர். மார்ட்டின் லூதர் கிங் போன்ற கறுப்பர்களின் தலைவர்கள் இருபதாம் நூற்றாண்டின் மத்தியிலிருந்து இவர்களுடைய உரிமைகளுக்காகப் போராட ஆரம்பித்ததுவரை அவர்களுடைய நிலையில் பெரிய முன்னேற்றம் எதுவும் ஏற்படவில்லை. அமெரிக்க மக்களின் நலன்களுக்காக நிறையச் சீர்திருத்தங்கள் கொண்டுவந்த ப்ராங்ளின் ரூஸ்வெல்ட் போன்ற ஜனாதிபதிகள் கூட கறுப்பர்களின் குடியுரிமைகளையோ வாக்குரிமைகளையோ முன்னேற்றுவதற்குப் பெரிதாக எதுவும் செய்யவில்லை. அவ்வப் போது கறுப்பர்களிடையே தலைவர்கள் தோன்றினாலும் இவர்களுடைய முன்னேற்றத்தில் பெரிய மாறுதல் எதுவும் ஏற்படவில்லை.

இருபதாம் நூற்றாண்டில் இரண்டாம் உலக யுத்தத்தின்போது அதில் பங்கேற்ற கறுப்பர்கள் உலகின் மற்றப் பகுதிகளிலிருந்து வந்து அதில் பங்கேற்ற கறுப்பர்களின் நிலையைக் கண்டு

தங்களுக்குரிய உரிமைகள் பற்றிச் சிந்திக்கத் தொடங்கினர். தங்களின் குடியுரிமைகளையும் வாக்களிக்கும் உரிமைகளையும் காத்துக் கொள்ள வேண்டும் என்ற உண்மையை உணர்ந்த கறுப்பர்களின் தலைவர்கள் சிலர் அவற்றிற்காகப் போராடத் தொடங்கினர். அவர்களில் முக்கியமானவர் மார்ட்டின் லூதர் கிங். இவர் கறுப்பர்களிடம் அவர்களின் உரிமைகள் பற்றி எடுத்துச் சொன்னார்; அவர்களிடமிருந்த அறியாமையை அகற்றி அவர்கள் தங்கள் உரிமைகளுக்காகப் போராட வேண்டும் என்ற எண்ணத்தை உண்டாக்கினார்.

இவர் போன்ற கறுப்பர்களின் போராட்டதின் விளைவாக ஜனாதிபதி லிண்டன் ஜான்ஸனின் காலத்தில் கறுப்பர்களின் குடிமையுரிமைகளும் வாக்குரிமையும் மீண்டும் உயிர்பெற்றன. கறுப்பர்களும் தங்கள் ஓட்டுரிமையைப் பயன்படுத்தத் தொடங்கினர். அரசியலில் பங்குகொள்ளும் வாய்ப்பு அவர்களுக்குக் கிடைத்தது. ஆனாலும் அவர்களில் ஒருவர் ஜனாதிபதியாகத் தேர்ந்தெடுக்கப் படுவதற்கு அதற்குப் பிறகு அமெரிக்கா நாற்பது ஆண்டுகள் காத்திருக்க வேண்டியதாயிற்று.

ஆண்ட்ரூ ஜான்ஸனுக்குப் பிறகு ஜனாதிபதிகளாகப் பதவி ஏற்றவர்களின் காலத்தில் கறுப்பர்களின் நிலையில் பெரிய முன்னேற்றம் எதுவும் ஏற்படவில்லை. இருபதாம் நூற்றாண்டில் மார்ட்டின் லூதர் கிங் போன்றவர்களின் முயற்சியால் கறுப்பர் களைத் தனிமைப்படுத்துவது சட்டவிரோதச் செயல் என்று சட்டங்கள் இயற்றப்பட்டாலும் நடைமுறையில் அது சாத்தியம் ஆவதற்கு நிறைய வருடங்கள் ஆயின. வெள்ளையர்களும் கறுப்பர்களும் சமூகத்தில் தனித்தனியாகவே இயங்கி வந்தனர். வெள்ளையர்களுக்குக் கறுப்பர்கள் மேல் இருந்த இனத் துவேஷமும் தொடர்ந்துகொண்டுதான் இருந்தது.

இருபத்தோராம் நூற்றாண்டின் ஆரம்பத்தில் அமெரிக்க அரசியலில் ஒரு முக்கிய மாற்றம் நிகழ்ந்தது. முதல் முதலாக கறுப்பர் ஒருவர் அமெரிக்க ஜனாதிபதியாகத் தேர்ந்தெடுக்கப்பட்டார். பாரக் ஒபாமாவின் தந்தை கென்யா நாட்டைச் சேர்ந்தவர். இவர் கென்யாவிலிருந்து அமெரிக்காவுக்கு மேல்படிப்பைத் தொடர வந்தார். ஹவாயில் படித்துக்கொண்டிருந்தபோது

அமெரிக்கப் பெண் ஒருவர் இவரைக் காதலித்து மணந்து கொண்டார். அப்போது இவருக்குக் கென்யாவில் இரண்டு மனைவிகள் இருந்தனர். இது தெரிந்தோ தெரியாமலோ ஒபாமாவின் தாய் இவரை மணந்துகொண்டார். ஒரு மகனையும் பெற்றெடுத்தார். அதன் பிறகு இரண்டு வருடங்களில் ஒபாமாவின் தந்தை கென்யாவுக்குத் திரும்பிச் சென்றுவிட்டார். ஒபாமாவின் தாய் அவருடைய பெற்றோருக்கு ஒரே மகளாதலால் அவருடைய பெற்றோர் தங்கள் பேரனைக் கண்ணும் கருத்துமாக வளர்த்தனர். அவருடைய தாய் ஆராய்ச்சிக்காக இந்தோனேஷியா சென்ற போது அங்கு ஒருவரை மணந்துகொண்டு ஒரு மகளையும் பெற்றெடுத்தார். பாரக் ஒபாமாவும் சில ஆண்டுகள் தாயோடு இந்தோனேஷியாவில் வாழ்ந்தார். பிறகு அமெரிக்கா திரும்பித் தன் படிப்பைத் தொடர்ந்தார்.

கென்யாவைச் சேர்ந்த தந்தைக்கும் அமெரிக்க தாய்க்கும் பிறந்த பாரக் ஒபாமாவுக்கு சிறு வயதில் தான் எந்த இனத்தைச் சேர்ந்தவன் என்ற ஐயம் இருந்தது. இவர் கறுப்பர் என்று சொல்வதை ஒப்புக்கொள்ள முடியாது. இவர் தந்தை கறுப்பினத்தைச் சேர்ந்தவர் என்றாலும் பதினாறாம், பதினேழாம் நூற்றாண்டுகளில் அமெரிக்கக் குடியேறிகளால் ஆப்பிரிக்காவிலிருந்து அடிமைகளாகக் கொண்டு வரப்பட்டவர்களில் ஒருவர் அல்ல. இவர் தாய் அமெரிக்க வெள்ளை இனத்தைச் சேர்ந்தவர். தாயின் பெற்றோர்களால், சிறு வயதில் அவர்களின் கலாச்சாரத்தில் வளர்க்கப்பட்டவர் ஒபாமா. சிறுவயதில் தன்னுடைய 'அடையாளத்தை' பற்றி இவர் மிகவும் குழம்பியிருக்கிறார். மேல்நாட்டு நாகரிகத்தில் பல நூற்றாண்டு களுக்கு முன்புவரை பெற்றோர் பார்த்து நடத்திவைக்கும் திருமணங்கள் இருந்தன. இப்போது பெற்றோர் பார்த்து நடத்தி வைக்கும் திருமணங்கள் கிடையாது. ஆண்களும் பெண்களும தாங்களாகத்தான் தங்கள் துணைகளைத் தேடிக்கொள் கிறார்கள். அந்த வழக்கப்படி பாரக் ஒபாமாவும் தன் துணையைத் தேடிய சமயத்தில் வெள்ளை இனப் பெண்களோடும் பழகியிருக்கிறார். ஆனால் கறுப்புப் பெண்களில் ஒருவரைத்தான் தன் துணையாகத் தேர்ந்தெடுத்துக்கொண்டார். பாரக் ஒபாமா ஜனாதிபதியாகத் தேர்ந்தெடுக்கப்பட்டபோது அவரை ஒரு கறுப்பினத்தவர் என்று சொல்வது அவ்வளவு சரியல்ல. இவர் தந்தை கறுப்பினத்தைச்

சேர்ந்த ஒருவர் என்பதைத் தவிர இவருக்கும் அடிமைகளாகக் கொண்டுவரப்பட்ட கறுப்பர்களுக்கும் எந்தவிதத் தொடர்பும் இல்லை. இவர் மணந்துகொண்ட கறுப்பினப் பெண் மிஷலின் மூதாதையர் ஐந்து தலைமுறைகளுக்கு முன்னால் அடிமைகளாகக் கொண்டுவரப் பட்டவர்கள். அதனால் ஒபாமாவின் மனைவி கறுப்பினத்தைச் சேர்ந்தவர் என்று சொல்லலாம். இவரும் ஒபாமா மாதிரி ஹார்வேர்ட் சட்டக் கல்லூரியில் சட்டம் படித்தவர். ஒபாமாவுக்கு நிகரான புத்திசாலி. இவருடைய புத்திசாலித்தனம் தான் இவரைத் தன் துணையாகத் தேர்ந்தெடுப்பதற்கு ஒபாமாவிற்கு உதவியிருக்க வேண்டும்.

ஒபாமா ஜனாதிபதியாகத் தேர்ந்தெடுக்கப்பட்டபோது பல கறுப்பர்கள் தங்களில் ஒருவர் தேர்ந்தெடுக்கப்பட்டிருப்பதால் தங்களுக்கு நன்மைகள் விளையலாம் என்று நினைத்தனர். ஆனால் ஒபாமாவோ கறுப்பர்களுக்குத் தான் சலுகைகள் எதுவும் செய்ததாக மக்கள் நினைத்துவிடக் கூடாது என்று மிகவும் எச்சரிக்கையாக இருந்தார். இவர் காலத்தில் கறுப்பர்களுக்கு விதி மீறிய சலுகைகள் எதுவும் வழங்கப்படவில்லை.

நூறு வருடங்களுக்குப் பிறகு பல கறுப்பினத் தலைவர்களின் விடாமுயற்சியால் அவர்களுடைய குடிமையுரிமைகளும் ஓட்டுரிமையும் ஜனாதிபதி லிண்டன் ஜான்ஸனால் வலுப் படுத்தப்பட்டன. 1870இல் அமெரிக்கக் கீழவையில் ஐந்து உறுப்பினர்கள் இருந்தனர்; இப்போது 87 பேர் இருக்கிறார்கள். செனட்டில் 1870இல் ஒரு உறுப்பினர் இருந்தார். இப்போது 3 பேர் இருக்கிறார்கள். மாநில அளவில் கறுப்பர்களின் ஜனத்தொகை குறைவாக இருப்பதால் அங்கு பதவிக்கு வருவது அவர்களுக்குக் கடினம். மாநில ஆளுநர்களாக இதுவரை மூன்று கறுப்பர்களே தேர்ந்தெடுக்கப்பட்டிருக்கிறார்கள். நாட்டின் மககள்தொகையில் அவர்களின் பங்கு 12. 4%. மத்திய அமைச்சரவையில் கறுப்பர்கள் அவர்களுடைய ஜனத்தொகை விகிதாச்சாரத்திற்கு ஏற்ற அளவில் இல்லை என்றே சொல்ல வேண்டும்.

### தொடரும் இனவெறுப்பு

அமெரிக்காவில் இனத்துவேஷம் இருக்கிறது என்றால் அது மிகையல்ல. கறுப்பர்களை ஏன் அடிமைத்தளையிலிருந்து

விடுவித்தோம் என்று நினைப்பவர்கள் இருக்கிறார்கள். கறுப்பர்கள் பல பெரிய அரசு வேலைகளில் இருந்தாலும் அவர்களை மதிக்காத பல வெள்ளை இனத்தவர்கள் இருக்கிறார்கள். சில ஆண்டுகளுக்கு முன் ஒரு வெள்ளையர் 'அவர்கள் அடிமைகளாக இருந்தபோது தங்களுடைய வாழ்வாதாரத்திற்கு ஒரு வேலை வேண்டும் என்று நினைக்கவில்லை. அவர்களுடைய எஜமானர்களின் தயவால் அவர்களுக்கு அந்தக் கவலை இருக்கவில்லை, அதனால் அவர்கள் அப்போது கவலையில்லாமல் சந்தோஷமாக இருந்தார்கள்' என்று கூறும் அளவுக்கு இனத்துவேஷம் அமெரிக்காவில் இருக்கிறது. இன்னும் பல ஆண்டுகளுக்கு அல்லது தசாப்தங்களுக்கு அமெரிக்காவில் இனத்துவேஷம் இருக்கும்.

ஒரு பேராசிரியர் சொன்னதுபோல் கறுப்பர்களுக்கும் வெள்ளையர்களுக்கும் இடையே கலப்புத் திருமணங்கள் நடந்தாலொழிய அமெரிக்காவில் இனத்துவேஷம் மறையப் போவதில்லை. அப்படிக் கலப்புத் திருமணங்கள் இப்போதைக்கு நடக்கப் போவதில்லை, அதனால் இனத்துவேஷமும் அமெரிக்காவிலிருந்து எளிதில் மறையப் போவதில்லை. எதிர்காலத்தில் பல சகாப்தங்களுக்கு இரு இனங்களும் தங்கள் தங்கள் பாட்டைப் பார்த்துக்கொண்டு தனித்தனியே வாழ்ந்து வருவார்கள் என்பது என் கணிப்பு.

ஒபாமா ஜனாதிபதியானபோது பல வெள்ளையர்களுக்கு அது பிடிக்கவில்லை. ஒரு வெள்ளையர் 'வெள்ளைமாளிகையில் ஒரு கறுப்பரா?' என்றுகூடக் கேட்டார். வெள்ளைமாளிகை என்று ஜனாதிபதி வசிக்கும் மாளிகைக்குப் பெயர் கொடுக்கப்பட்டபோது அது வெள்ளை இனத்தைச் சேர்ந்த ஜனாதிபதி வசிக்கும் இடம் என்ற எண்ணத்தில் அந்தப் பெயர் அதற்குக் கொடுக்கப்படவில்லை.

ஜனாதிபதி மாளிகை என்பதால்தான் அந்தப் பெயரைக் கொடுத்தார்கள். அப்போது கறுப்பினத்தைச் சேர்ந்த ஒருவர் அமெரிக்க ஜனாதி பதியாகலாம் என்று அவர்களுக்குத் தோன்றாமல் இருந்திருக்கலாம். அப்படித் தோன்றியிருந்தாலும் வெள்ளை மாளிகை என்ற பெயரை மாற்றியிருப்பார்களா என்று தெரியவில்லை. எப்படியோ ஒபாமா இரண்டு தடவை ஜனாதிபதியாகத் தேர்ந்தெடுக்கப்பட்டார்.

ஒபாமாவையடுத்து வெள்ளையினவாதியான ட்ரம்ப் தேர்ந் தெடுக்கப்பட்டது ஒபாமாவின் ஆட்சிக்கு எதிர்மறை விளைவு என்றுகூட சிலர் சொல்கிறார்கள். உள்ளுக்குள்ளேயே புழுங்கிக் கொண்டிருந்த வெள்ளையினவாதிகளுக்கு வெள்ளையர்கள் மட்டுமே கோலோச்சும் ஒரு அமெரிக்காவை ட்ரம்ப் சித்திரித்துக் காட்டியது மிகவும் பிடித்திருந்தது.

## ஒபாமாவுக்கு எதிரலை

2008-இல் ஒபாமா ஜனாதிபதி பதவிக்குப் போட்டியிட்டபோதே ட்ரம்ப் போன்றவர்களுக்கு மிகவும் எரிச்சல். அப்போதே நியூட் கிங்ரிச் என்பவரை ஒபாமாவுக்கு எதிராக நிற்கவைக்க ட்ரம்ப் எவ்வளவோ முயன்றார். ஆனால் மெக்கெயின் என்பவர் குடியரசுக் கட்சியின் வேட்பாளராகத் தேர்ந்தெடுக்கப்பட்டு முதல்நிலைப் போட்டியில் கிங்ரிச் தோற்றார். அடுத்த முறையும் 2012இல் ஒபாமாவுக்கு எதிராகக் குடியரசுக் கட்சியின் வேட்பாளராக மிட் ராம்னி நின்று தோற்றார். ஓரளவு இடதுசாரி கொள்கையுடைய ஜனநாயகக் கட்சி வேட்பாளர்களே வெற்றிபெற்றுக்கொண்டு வருவதால் இனியாவது அமெரிக்காவைக் காப்பாற்ற வேண்டும் என்ற எண்ணத்துடன் 2016 ஜனாதிபதிப் போட்டியில் தானே பங்கேற்பது என்று முடிவுசெய்து ஹிலரி கிளின்டனுக்கு எதிராகக் குடியரசுக் கட்சியின் வேட்பாளராக ட்ரம்ப் ஆனார். தேர்தல் பற்றிய கணிப்புகள் ஹிலரிக்குச் சாதகமாகவே இருந்ததால் தான் வெற்றிபெறுவோம் என்ற நம்பிக்கை ட்ரம்ப்பிற்கே இல்லை என்று சொல்லலாம். ஆனாலும் அவரே எதிர்பார்த்ததற்கு மாறாக அவர் வெற்றிபெற்றார்.

# 2

# அமெரிக்கத் தேர்தல் முறை

## தேர்தல் நாள்

அமெரிக்கத் தேர்தல்கள் நவம்பர் மாதம் முதல் செவ்வாய்க்கிழமை —அதாவது முதல் திங்கள் கிழமைக்குப் பிறகு வரும் முதல் செவ்வாய்க் கிழமை—இரண்டு வருடங்களுக்கு ஒரு முறை நடைபெறும். இன்னொரு விதமாகச் சொல்வதென்றால், நவம்பர் ஒன்றாம் தேதி செவ்வாய்க்கிழமையாக இருந்தால் தேர்தல் எட்டாம் தேதி நடக்கும்.

2022ஆம் ஆண்டுத் தேர்தல் நவம்பர் 8ஆம் தேதி நடந்தது. குற்றம் சாட்டப்பட்டுச் சிறையில் இருப்பவர்களைத் தவிர, மற்ற எல்லா அமெரிக்கக் குடி மக்களுக்கும் தேர்தலில் வாக்களிக்கும் உரிமை உண்டு. வட டகோட்டா மாநிலம் தவிர மற்ற எல்லா மாநிலங ்களிலும் வாக்களிக்க விரும்புபவர்கள் பெயரைப் பதிவு செய்திருக்க வேண்டும். அவர்கள் தேர்தலுக்கு ஒரு மாதம் முன்பாவது அதைச் செய்திருக்க வேண்டும். சில மாநிலங்கள் தேர்தல் அன்றுகூட பதிவு செய்வதை அனுமதிக்கின்றன. பல மாநிலங்கள் தேர்தல் நாளுக்கு முன்பே—தபால் மூலமோ நேரிலோ வாக்களிக்கும் வசதியை வாக்காளர்களுக்குக் கொடுத்திருக்கின்றன. கலிஃபோர்னியா, கொலராடோ, ஹவாய், நெவாடா, யூட்டா, ஆரகன், வெர்மான்ட், வாஷிங்டன் ஆகிய எட்டு மாநிலங்கள் ஒவ்வொரு வாக்காளருக்கும் வாக்குச்சீட்டைத் தேர்தலுக்குமுன் தபாலில் அனுப்புகின்றன. அந்த வாக்காளர்கள் தேர்தல் அன்றோ அதற்கு முன்னாலேயோ வாக்களிக்கலாம்.

வேறு சில மாநிலங்கள் தேர்தல் நாளுக்கு முன்னால் வாக்குச் சீட்டை வாங்கிக்கொண்டு வாக்களிக்கும் உரிமையை வாக்காளர்

களுக்கு வழங்கியிருக்கின்றன. மற்ற சில மாநிலங்கள் ஏன் தேர்தல் அன்று வாக்காளர்களால் வாக்களிக்க முடியவில்லை என்பதற்குக் காரணத்தைக் கூறி வாக்குச்சீட்டை வாங்கி தபாலில் வாக்களிக்க வசதி செய்திருக்கின்றன. வெளிநாடுகளில் இருக்கும் வாக்காளர்கள் தபால் மூலம் வாக்கை அனுப்பலாம்; வெளி நாட்டில் போர் புரியும் ராணுவத்தினரும் இப்படி வாக்களிப்பார்கள். மொத்தத்தில் தேர்தல் நாளுக்கு முன்னாலேயே தபால் மூலம் வாக்களிக்கும் வசதி எல்லோருக்கும் இருக்கிறது.

### வாக்குப்பதிவு

இப்படி வசதி இருந்தாலும், அமெரிக்காவில் வாக்களிப்பவர்கள் ஜனாதிபதி தேர்தலில் 50-60 சதவிகிதத்தினர்; பாராளுமன்றத் தேர்தலில் 40 சதவிகித்தினரே. இந்தியப் பாராளுமன்றத் தேர்தலில் கிட்டத்தட்ட 70 சதவிகிதத்தினர் வாக்களிக்கின்றனர்.

### பதவிக்காலம்

செனட்டராகத் தேர்ந்தெடுக்கப்படுபவர் செனட்டர் பதவியை ஆறு வருடங்கள் வகிப்பார். செனட்டர்கள் மூன்று வகையாகப் பிரிக்கப்பட்டுத் தேர்தல் நடப்பதால் இரண்டு வருடங்களுக்கு ஒரு முறை செனட் தேர்தல் நடக்கும். 2022 நவம்பரில் நடந்த தேர்தல் மூன்றாம் வகைப் பிவினருக்காக நடத்தப்பட்டது. மக்கள் பிரதிநிதிகள் அடங்கிய கீழவை உறுப்பினர்களின் பதவிக் காலம் இரண்டு வருடங்கள் மட்டுமே. அதனால் அவர்கள் இரண்டு வருடங்களுக்கு ஒரு முறை தேர்தலில் நின்று ஜெயிக்க வேண்டும். ஒவ்வொரு மாநிலமும் ஆளுநரைத் தேர்ந்தெடுப்பதில் சிறிது வேறுபடுகின்றது. நியூ ஹேம்ஷயர், வெர்மான்ட் தவிர மற்ற 48 மாநில ஆளுநர்கள் நான்கு வருடங்கள் ஆளுநர் (நம் நாட்டில் முதலமைச்சர்) பதவியை வகிப்பார்கள். இந்த இரண்டு மாநில ஆளுநர்களின் பதவிக் காலம் இரண்டு வருடங்கள் மட்டுமே.

அமெரிக்காவில் ஒரு செனட்டர் பதவி முடியும் முன் இறந்து விட்டாலோ, வேறு காரணங்களுக்காகப் பதவியைத் துறந்தாலோ அந்த மாநில ஆளுநர் அவருடைய இடத்தை நிரப்புவதற்கு இன்னொருவரை நியமிப்பார். புதிதாக நியமிக்கப்பட்டவர் செனட்டரின் பதவிக் காலம் முடியும்வரை அந்தப் பதவியில்

நீடிப்பார். பதவிக் காலம் முடிந்ததும் மறுபடி அவர் தேர்தலில் நிற்க வேண்டும். அதனால்தான் அமெரிக்காவில் இந்தியாவில் போல் இடைத்தேர்தல் என்ற ஒன்று இல்லை. இரண்டு ஆண்டு களுக்கு ஒருமுறை பாராளுமன்ற உறுப்பினர்களைத் தேர்ந் தெடுப்பதற்கும் நான்கு ஆண்டுகளுக்கு ஒரு முறை ஜனாதிபதி யைத் தேர்ந்தெடுப்பதற்கும் நவம்பர் மாதம் தேர்தல்கள் நடத்தப் படுவதோடு சரி. இரண்டாண்டுகளுக்கு ஒரு முறை நடக்கும் தேர்தலை இடைத்தேர்தல் (mid-term election) என்கிறார்கள்.

இந்தியாவில் போல் அரசியல்வாதிகள் தங்கள் இஷ்டத்திற்கு பாராளுமன்றத்தையோ மாநில சட்டசபைகளையோ கலைத்துப் புதிய தேர்தல்கள் நடத்துவது என்பது அமெரிக்காவில் இல்லை. கீழவை உறுப்பினர் இடம் ஒன்று காலியானால், அப்போது சில மாநிலங்களில் அந்த இடத்தை நிரப்புவதற்கு விசேஷத் தேர்தல் நடத்தப்படும்.

2022இல் இண்டியானா மாநில கீழவை உறுப்பினர் ஒருவர் ஆகஸ்ட் மாதம் இறந்துவிட்டதால், அவருடைய பதவிக் காலத்தை நிரப்புவதற்கு விசேஷத் தேர்தல் நடத்தப்பட்டது. அமெரிக்காவில் இரண்டே கட்சிகள்தான். அதனால் இரண்டு வேட்பாளர்கள்தான். எப்போதாவது மூன்றாவது நபர் ஒருவர் போட்டியிட்டு யாருக்கும் 50% வாக்குகள் கிடைக்கவில்லை யென்றால், சில மாநிலங்களில் முதல் இரண்டு இடங்களைப் பெற்ற இருவருக்குமிடையில் மறுபடி தேர்தல் நடக்கும். இதை மறுதேர்தல் (run-off) என்று அழைப்பார்கள்.

### மாநிலங்களின் தேர்தல் உரிமை

அமெரிக்காவில் மாநிலங்களுக்குத் தனி உரிமைகள் உண்டு. ஒவ்வொரு மாநிலமும் தனக்கென்று தேர்தல் விதிகளை உருவாக்கிக் கொண்டிருக்கிறது. இந்த உரிமையை அமெரிக்க அரசியல் சாசனமே மாநிலங்களுக்கு வழங்கியிருக்கிறது. இந்த உரிமையின் எல்லை குறித்துத் தற்போது அமெரிக்க உச்ச நீதிமன்றத்தில் வடகரோலினா மாநிலம் ஒரு வழக்குத் தொடர்ந்திருக்கிறது. இதில் மாநிலத்துக்குச் சாதமாகத் தீர்ப்பு வழங்கப்பட்டால், மாநிலச் சட்டசபைக்குத் தேர்தல் விதிகளை மாற்ற எல்லையற்ற உரிமை இருக்கும். தேர்வாளர் குழுவைக்கூட மாற்ற முடியும்.

ஐரோப்பாவிலிருந்து வட அமெரிக்கக் கண்டத்திற்குக் குடியேறியவர்கள் தாங்கள் குடியேறிய இடங்களில் தங்களை நிலைநாட்டிக்கொண்டு பிறகு மாநிலங்களை உருவாக்கிக் கொண்டனர். அதனால் அந்த மாநிலங்கள் ஒன்றுசேர்ந்து அமெரிக்க நாட்டை உருவாக்கியபோது தங்களுக்கென்று சில தனி உரிமைகளை வகுத்துக்கொண்டன. அந்த உரிமைகள் இன்றும் மாநிலங்களுக்கு இருக்கின்றன. இந்தியா பிரிட்டனிடமிருந்து சுதந்திரம் பெற்ற பிறகு இந்திய அரசு முதலில் சில விதிகளின் அடிப்படையிலும் 1956-இல் மொழிகளின் அடிப்படையிலும் மாநிலங்களைப் பிரித்தது. அதனால் மாநிலங்களுக்கென்று பெரிதாகத் தனி உரிமைகள் இல்லை. இருந்த சில உரிமைகளையும் இப்போது பாஜக அரசு எடுத்துக்கொள்ள முயலுகிறது.

# 3

## எதிர்பாராத விளைவுகள்

### ஜனாதிபதியாக ஒரு பிஸினஸ்மேன்

ட்ரம்ப்பிற்கு அரசியலில் எந்த அனுபவமும் இல்லை. அதனால் பதவிக்கு வந்த நாளிலிருந்தே ஒரு பிஸினஸ்மேன் போல்தான் நடந்துகொண்டார். தன்னுடைய மகளையும் மருமகனையும் தன்னுடைய ஆலோசகர்களாக நியமித்துக்கொண்டார், அவர்கள் இருவரின் சொல்படி நடந்துகொண்டார். வெள்ளைமாளிகையில் ட்ரம்ப் எடுத்த அரசியல் முடிவுகளில் இவர்களின் தலையீடு இருந்தது. மருமகன் ஒரு யூதர், பாலஸ்தீனப் பிரச்சினையில் தீர்வுகாணும் வேலையை ட்ரம்ப் இவரிடம் ஒப்படைத்தார்.

பாலஸ்தீனர்களுக்குக் கொஞ்சமாவது நியாயம் வழங்க வேண்டும் என்று ஒபாமா கூறிவந்ததால் அப்போது இஸ்ரேல் பிரதமராக இருந்த நேத்தன்யாஹுவுக்கு ஒபாமாவைப் பிடிக்காது. அதனால் ஒபாமா பதவி விலகி ட்ரம்ப் பதவியேற்று இரண்டு மாதங்களுக்குள்ளேயே ட்ரம்பை நேரில் சந்திக்க அமெரிக்கா வந்தார். அப்போது ட்ரம்ப் நேத்தன்யாஹுவிடம் 'பாலஸ்தீனர் களுக்குரிய இடங்களை எடுத்துக்கொண்டே போனால் அவர் களுக்குக் கொடுப்பதற்குரிய இடம் குறைந்துகொண்டே போகும் அல்லவா?' என்று கொஞ்சம் நியாயமாகப் பேசுவதுபோல் பேசினார். பதவிக்கு வந்து சில நாள்களுக்குத்தான் இப்படிப் பேசினார். பின்னால் இவரே எதிர்காலப் பாலஸ்தீனத்தின் தலைநகர் என்று நினைத்துக்கொண்டிருந்த கிழக்கு ஜெருசலேம் இஸ்ரேலைச் சேர்ந்தது என்றார்.

பாலஸ்தீனப் பிரச்சினையைத் தீர்க்க ட்ரம்பின் மருமகன் ஹுஷ்னர் கண்ட தீர்வும் பாலஸ்தீனர்களின் நன்மைகளைக்

கருத்தில் கொள்ளவில்லை. பாலஸ்தீனத்தின் தொழில் வளர்ச்சிக்கு முதலீடு செய்து அதற்குப் பதிலாக இஸ்ரேல் கைவசப்படுத்திய நிலங்களை இஸ்ரேலுக்கே கொடுத்துவிடலாம் என்பதே தீர்வின் அடிப்படைக் கருத்து.

**சொந்த நலனைப் பேணல்**

பதவியின் பலத்தை உணர, உணர, தொடர்ந்து ஜனாதிபதி பதவியை வகிக்க வேண்டும் என்ற ஆசை அவரைப் பிடித்துக் கொள்ள ஆரம்பித்தது. அதற்கு எல்லா வகையான உபாயங்களையும் கையாள ஆரம்பித்தார். ட்ரம்ப் அமெரிக்க சரித்திரத்தில் இதுவரை எந்த ஜனாதிபதியும் செய்திராத, நியாயத்திற்குப் புறம்பான 180 காரியங்களைச் செய்திருக்கிறார் என்று வாஷிங்டனில் பொறுப்புக்கும் நெறிமுறைகளுக்குமான குடிமக்கள் அமைப்பு (CREW) பட்டிய லிட்டுக் காட்டுகிறது.

ஜனாதிபதி பதவியை ஏற்கும்முன் ட்ரம்ப் தன்னுடைய சொந்த வணிக நிறுவனங்களை நிர்வகிக்கும் பொறுப்பைத் தன் மகன்களிடம் அல்லது வேறு யாரிடமாவதோ ஒப்படைத்திருக்க வேண்டும். ட்ரம்ப் அப்படிச் செய்யாதது மட்டுமல்ல தொடர்ந்து அவரே அவற்றை நிர்வகிக்கும் பொறுப்பைச் செய்துவந்தார். அவற்றிலிருந்து வரும் எல்லா லாபமும் அவருக்கே கிடைத்தன. வரிவிதிப்பு, சுற்றுச்சூழல் பற்றிய முடிவுகள், வெளிநாடு களுடனான உறவுகள் ஆகியவை பற்றி என்ன முடிவெடுத்தாலும் அந்த முடிவுகள் நாட்டின் நலன்களுக்காக எடுக்கப்பட்டனவா அல்லது அவருடைய சொந்த நலன்களுக்காக எடுக்கப்பட்டனவா என்று பொதுமக்களால் தீர்மானிக்க முடியவில்லை. சவூதி அரேபியா, மலேசியா, சீனா போன்ற நாடுகள் அவருடைய வணிகத்திற்கு நிறைய உதவியிருக்கின்றன. அவருக்குச் சொந்தமான ஓட்டல்கள், கோல்ஃப் மைதானங்கள், அலுவலகக் கட்டடங்கள் ஆகியவற்றை உபயோகித்து அவருக்கு லாபம் சம்பாதித்துக் கொடுத்திருக்கின்றன. மெயின் போன்ற மாநிலங்கள் தன்னுடைய அதிகாரிகளை ட்ரம்ப்பின் ஓட்டல்களில் தங்கவைத்து அவருக்கு லாபம் சம்பாதித்துக் கொடுத்திருக்கின்றன. இவை யாவும் அரசியல் சாசனத்தில் அமெரிக்க ஜனாதிபதி செய்யக்கூடாதவை என்று குறிப்பிடப்பட்டிருப்பவை. தேர்தல் சமயத்தில் அவர்

உபயோகித்த தொப்பியையே புயல் நிவாரணத்தின்போது அணிந்துகொண்டு அதனுடைய வியாபாரத்தைப் பெருக்கினார். அவருடைய ஓட்டல்களில் தங்கியவர்களுக்கு அவரைப் பார்ப்பதற்கும் சலுகைகள் பெறுவதற்கும் மற்ற அமெரிக்கர்களுக்குக் கிடைக்காத சலுகைகள் கிடைத்தன. நியாயத்திற்குப் புறம்பான காரியங்களைச் செய்ததற்காகப் பல ஜனாதிபதிகள் விசேஷ பிராக்ஸியூட்டர்கள் மூலம் விசாரிக்கப்பட்டிருக்கிறார்கள். ஆனால் ட்ரம்பைப்போல் பதவிக்கு வந்து சில மாதங்களிலேயே அப்படி நடக்கவில்லை.

ஆறு நாடுகளைச் சேர்ந்த—மலேசியா, சவூதி அரேபியா, கத்தார், யுனைடெட் அரப் எமிரேட்ஸ், துருக்கி, சீனா—அதிகாரிகள் 2017, 2018இல் வாஷிங்டனுக்கு வந்தபோது, ஒரு அறைக்கு 10,000 டாலர் (75 லட்சம் ரூபாய்) வாடகை கொடுத்து ட்ரம்ப்புக்குச் சொந்தமான ஓட்டலில் தங்கினார்கள். அதற்குமேல் இதர செலவுகளைத் தாராளமாகச் செய்தார்கள். இந்தக் காலத்தில் இந்த நாடுகளுக்கு அமெரிக்காவின் உதவி தேவைப்பட்டது.

இந்த அரசு அதிகாரிகளுக்கு அரசியல் தரகர்களாக இருந்தவர்களும் இதே ஓட்டலில் தங்கி பணத்தைத் தண்ணீராகச் செலவழித்தார்கள். மலேசியப் பிரதமர் 1500 டாலர் செலவழித்து ஒரு தனிப்பட்ட உதவியாளரை அமர்த்திக்கொண்டார். அவர் தங்கியிருந்த அறையில் மூன்று நாள்கள் மதிய உணவு பரிமாற 8000 டாலர் செலவழிக்கப்பட்டது. அவர் 2017 செப்டம்பரில் ட்ரம்ப் ஓட்டலில் தங்கியபோது அமெரிக்க சட்ட அமலாக்கத்துறையிடம் அவர் மீது ஒரு வழக்கு விசாரணையில் இருந்தது. ட்ரம்ப் அதே நேரத்தில் அவரை, 'நீங்கள் செய்துள்ள முதலீடுகளுக்கு நன்றி' என்று அவரைப் பாராட்டினார். சவூதி அரேபியாவின் பாதுகாப்புத்துறை அமைச்சர் அமெரிக்காவுக்கு வந்தபோது 10500 டாலர் கொடுத்துப் பல அறைகளை அவருடைய அதிகாரிகளுக்காக வாடகைக்கு எடுத்துக்கொண்டார். கத்தார் நாட்டு அதிகாரிகள் 2018இல் ட்ரம்ப்பைப் பார்க்க வந்திருந்தபோது மூன்று லட்சம் டாலர்கள் செலவழித்தனர். பல ஊர்களில் இருக்கும் ஓட்டல்களில் ட்ரம்ப்பும் அவருடைய பல பாதுகாவலர்களும் தங்குவார்கள். அவர்களுடைய ஓட்டல் செலவுகள் அரசிடமிருந்து வரும். 2018 மார்ச்சில் சவூதி இளவரசர் முகம்மது பின் சல்மான் ட்ரம்ப் ஓட்டலில் தங்கிய சில நாள்களுக்குப் பிறகு அந்த நாட்டிற்கு

1.5 பில்லியன் டாலர் மதிப்புள்ள ராணுவ ஆயுதங்களை அமெரிக்கா விற்றது.

பதவி ஏற்றவுடனேயே தன் மகள் இவாங்காவையும் மருமகன் குஷ்னரையும் தன்னுடைய வெள்ளைமாளிகை உதவியாளர்களாக நியமித்துக்கொண்டார். இது அவர்கள் தங்களுடைய வணிக நிறுவனங்களின் நலன்களை வளர்த்துக்கொள்ள உதவியது. அவருடைய அமைச்சரவையைச் சேர்ந்தவர்களும் அரசில் தங்களுக்குள்ள அதிகாரத்தை உபயோகித்துத் தங்கள் நலன்களை வளர்த்துக்கொண்டனர்.

அவரால் ஐ.நா.விற்கு நியமிக்கப்பட்ட இரண்டு அதிகாரிகள் ட்விட்டரின் அரசு அடையாளத்தைத் தங்களுடைய சொந்த செய்தியைப் பரப்புவதற்காக உபயோகித்துக்கொண்டனர். அவரும் அவரால் நியமிக்கப்பட்ட அதிகாரிகளும் அமெரிக்க மக்கள் நலன்களுக்காக உழைப்பதற்குப் பதிலாகத் தங்கள் சொந்த நலன்களை மேம்படுத்திக்கொள்வதற்காகவே தங்கள் அதிகாரத்தை உபயோகித்துக்கொண்டனர். அரசு அதிகாரிகள் தேவையான போதெல்லாம் ட்ரம்ப்பிற்குச் சொந்தமான ஓட்டல்களிலேயே தங்கினர்; அரசு நிகழ்ச்சிகள் ட்ரம்ப்பிற்குச் சொந்தமான இடங்களிலேயே நடந்தன. பல மாநில குடியரசுக் கட்சி ஆளுநர்கள் ட்ரம்ப்பிற்குச் சொந்தமான இடங்களிலேயே தங்கினர். 120 முறை ட்ரம்பும் 200 முறை நிர்வாகத்துறை அதிகாரிகளும் 47 முறை கீழவை உறுப்பினர்களும் 23 முறை மாநில அதிகாரிகளும் ட்ரம்ப்பிற்குச் சொந்தமான இடங்களுக்குச் சென்றிருக்கின்றனர்.

நியூ ஜெர்ஸி மாநிலத்தில் இருந்த ட்ரம்ப்பின் கோல்ஃப் கிளப் 'கோடைகால வெள்ளைமாளிகை' என்றும் ஃப்ளோரிடாவில் இருக்கும் அவருடைய மாரா-லோகோ மாளிகை 'குளிர்கால வெள்ளைமாளிகை' என்றும் பல அரசு அதிகாரிகளால் அழைக்கப்பட்டன. ட்ரம்ப்பின் முதல் ஆண்டில் அவர் அந்த வருஷத்தில் மூன்றில் ஒரு பங்கை இந்த இடங்களிலேயே கழித்தார். அடிக்கடி தன் பேச்சுக்களில் தன் சொத்துக்களைப் பற்றிக் குறிப்பிடுவார். ஒரு முறை தென் கொரிய தேசிய அசெம்பிளியில் பேசியபோது தன்னுடைய கோல்ஃப் கிளப் உலகிலேயே சிறந்தது என்று குறிப்பிட்டார். இவர் இப்படிக் குறிப்பிட ஆரம்பித்ததும்

இவருடைய அரசு அதிகாரிகளும் இவருடைய சொத்துக்களைப் பற்றிப் பெருமையாகக் குறிப்பிட ஆரம்பித்தனர். ட்ரம்ப்பின் கம்பெனி தயாரித்த பொருள்களை அவரும் அவருடைய அரசின் அதிகாரிகளும் அடிக்கடி தங்கள் பொது நிகழ்ச்சிகளில் குறிப் பிட்டனர். அவருக்கு மிக வேண்டிய தென்கரோலினா செனட்டர் அவருடைய கோல்ஃப் மைதானம் உலகிலேயே சிறந்தது என்று குறிப்பிட்டார். ட்ரம்ப் கம்பெனி தயாரித்த உலகிலேயே சிறந்த மது எங்கு கிடைக்கும் என்று ட்ரம்ப்பே குறிப்பிட்டார். தன்னுடைய சொத்துக்களையும் தன்னுடைய கம்பெனி தயாரிக்கும் பொருள் களையும் சமயம் கிடைக்கும் போதெல்லாம் குறிப்பிடத் தவறவில்லை.

பதினொரு வெளிநாட்டு அரசுகள் ட்ரம்ப்பிடம் சலுகைகள் பெறுவதற்காக அவருடைய வணிக நிறுவனங்களுக்கு ஆதரவு அளித்துள்ளன. ட்ரம்ப் பதவியேற்று ஒரு மாதத்திலேயே வாஷிங்டனிலுள்ள குவைத் தூதரகம் தன்னுடைய தேசிய தினத்தை ட்ரம்ப்பின் அகில உலக ஓட்டலில் கொண்டாடியது. இதே நிகழ்ச்சி சில மாதங்களுக்கு முன் இன்னொரு இடத்தில் ஏற்பாடு செய்யப்பட்டிருந்தது. ட்ரம்ப் ஜனாதிபதியானதும் அந்த நிகழ்ச்சியை ட்ரம்ப்பின் ஓட்டலுக்கு மாற்றினர். ட்ரம்ப்பின் கம்பெனி அதிகாரிகள் குவைத் தூதரக அதிகாரிகளை அப்படி மாற்றச் சொன்னதாகக் கூறப்பட்டது. ஆனால் குவைத் தூதரக அதிகாரி அதை மறுத்தார். பல நாட்டுத் தூதரக அதிகாரிகளும் அரசியல் தலைவர்களும் ட்ரம்ப் ஓட்டலில் தங்கினர். 2017 நவம்பரில் ஆறு நாடுகள் தங்கள் அதிகாரிகளை ட்ரம்ப் ஓட்டலுக்கு அனுப்பி அப்படி அவர்கள் அங்கு தங்கும்போது ஒருவரை யொருவர் சந்தித்துக்கொளவ்து எளிதாக இருக்கும் என்றும் சொல்லிக்கொண்டனர்.

அமெரிக்காவிலுள்ள ட்ரம்ப்பின் சொத்துக்களுக்கும் வணிகத் திற்கும் ஆதரவு அளித்த அயல்நாட்டு அரசுகள் தங்கள் நாட்டிலும் அவரின் வணிகத்திற்கு உதவிபுரிந்தன. உதாரணமாக, இந்தோ னேஷியாவில் பாலி நகரின் விமான நிலையத்திற்கும் ட்ரம்ப்பின் அகில உலக ஓட்டலுக்கும் இடையேயுள்ள தூரத்தைக் குறைக்க இந்தோனேஷிய அரசு நடவடிக்கைகள் எடுத்தது. வெளிநாடு களில் ட்ரம்ப் பெயரில் நடந்த வணிகங்கள் புதிதாக முன்னேற்றம்

கண்டன. அதனால் அவருடைய ட்ரேட் மார்க் விண்ணப்பங் களுக்கு உடனேயே உரிமம் கிடைத்தது. இப்படி ட்ரம்ப் ஜனாதி பதியாக இருந்ததனாலேயே பல நாடுகள் இவருடைய வணிக நிறுவனங்களுக்கு ஆதரவு அளித்து அவருடைய அந்த நிறுவனங்கள் பெருமளவில் லாபம் சம்பாதிக்க உதவின. அவர் வெள்ளை மாளிகையில் இருக்கும்போதும் அவருடைய தனிப்பட்ட கிளப்புகளில் இருக்கும்போதும் அவரை யாரெல்லாம் வந்து பார்த்தார்கள் என்னும் குறிப்புகள் அடங்கிய புத்தகத்தை அவர் வெளிப்படையாக யாருக்கும் காட்டவில்லை.

அவர் மட்டுமல்ல அவருடைய மகளும் மருமகனும் தங்கள் வணிக நிறுவனங்களின் நன்மைக்காக ட்ரம்ப்பின் ஜனாதிபதி அதிகாரத்தைப் பயன்படுத்திக்கொண்டனர். ட்ரம்ப்பின் அமைச்சரவையைச் சேர்ந்தவர்களும் தங்கள் நலன்களுக்காகத் தங்கள் பதவியைப் பயன்படுத்திக்கொண்டனர். ட்ரம்ப்பின் நிர்வாகத்துறையிலும் ஊழல்கள் தலையெடுக்கத் தொடங்கின.

## அயல்நாட்டு உறவில் குளறுபடிகள்

ட்ரம்ப்பின் இரண்டாவது ஆண்டான 2018 ஜூன் மாதம் வட கொரியா அதிபர் கிம்-ஜாங்-அன்னை ட்ரம்ப் சந்தித்தார். இந்த சந்திப்பு இருவரும் ஒருவரையொருவர் மிக அநாகரிகமான முறையில் திட்டிக்கொண்ட பிறகு நடந்தது. ட்ரம்ப் கிம்மை 'வெறிபிடித்த நாய்' என்றார்; கிம் ட்ரம்ப்பை 'கிழட்டு ஓநாய்' என்றார். இப்படி வசைகளைப் பரிமாறிக்கொண்ட பிறகு இருவரும் சிங்கப்பூரில் சந்தித்தபோது 'உடனேயே எங்கள் இருவருக்கும் ஒருவரையொருவர் மிகவும் பிடித்துப் போய் விட்டது (We fell in love)' என்றார். அது ஒரு நாட்டின் தலைவருக்குரிய பேச்சாக இல்லை. ட்ரம்புக்குச் சர்வாதிகாரி களைப் பிடிக்கும். வட கொரிய அதிபர் ஒருவருக்கும் அமெரிக்க ஜனாதிபதி ஒருவருக்கும் இடையே ஏற்பட்ட முதல் சந்திப்பு இதுதான். ஆயினும் உலகமே எதிர்பார்த்த அந்தச் சந்திப்பிலிருந்து பெரிய பலன் எதுவும் இரண்டு நாடுகளுக்கும் கிடைக்கவில்லை.

வெளியிலிருந்து அமெரிக்காவுக்கு சட்டரீதியாக இல்லாமல் திருட்டுத்தனமாக வர முயன்ற தென் அமெரிக்க நாடுகளைச்

சேர்ந்தவர்களை எல்லையில் தடுத்து நிறுத்த அமெரிக்கக் காவல்படை எவ்வளவோ முயன்றாலும் அவர்களால் கட்டுப் படுத்த முடியவில்லை. பல அமெரிக்க ஜனாதிபதிகள் மனிதாபி மானத்தோடு அதைக் கட்டுப்படுத்த முயன்றனர். ஆனால் ட்ரம்ப்போ அமெரிக்காவுக்கும் பக்கத்து நாடான மெக்ஸிகோ வுக்கும் (இந்த நாட்டின் வழியாகத்தான் தென் அமெரிக்க நாடு களிலிருந்து பலர் அமெரிக்காவுக்குள் நுழைய முயல்கின்றனர்) இடையே, தான் ஜனாதிபதியாகத் தேர்ந்தெடுக்கப்பட்டால், சுவர் எழுப்பி அதைத் தடுப்பேன் என்றும் சுவர் கட்டுவதற்குரிய செலவை மெக்ஸிகோ கொடுக்கும் என்றும் தேர்தல் பிரச்சாரத்தின் போது கூறினார். ஆனால் பதவிக்கு வந்த பிறகு மெக்ஸிகோ சுவர் கட்டுவதற்கு ஆகும் செலவுக்கு ஒரு காசோலை கொடுக்கும் என்றோ ஆகும் செலவு முழுவதையும் கொடுக்கும் என்றோ சொல்லவில்லை என்றார். மெக்ஸிகோ சுவருக்கு ஆகும் செலவைப் போன்று பல மடங்கு வேறு வகையில் கொடுக்கும் என்றார். பல நாட்டு மக்களையும் இணைக்கப் பாலம் கட்ட வேண்டும் என்றும் இரண்டு நாடுகளுக்கிடையே சுவர் கட்டும் ட்ரம்ப் கிறிஸ்தவரே இல்லை என்றும் போப் பிரான்சிஸ் கூறினார்.

வெளியிலிருந்து தேவையான ஆவணங்கள் இல்லாமல் அமெரிக்காவுக்குள் வந்தவர்களின் குழந்தைகளை அவர் களிடமிருந்து பிரித்துத் தனிப்பட்ட இடங்களில் அடைத்து வைத்தது உலகம் முழுவதும் இவரை விமர்சிக்கக் காரணமாக இருந்தது. பின்னால் அந்தக் குழந்தைகளைப் பெற்றோர்களிடம் சேர்ப்பதிலும் பெரிய குழப்பம் ஏற்பட்டு, பல குழந்தைகள் பெற்றோர்களிடம் போய்ச் சேரவேயில்லை. சின்னக் குழந்தைகளை ட்ரம்ப் ஒருவரால்தான் இப்படி மனிதாபிமானம் இல்லாமல் நடத்த முடியும். இப்படி நடந்துகொண்ட பிறகு சிறு குழந்தைகள் அழுவதை அவரால் சகித்துக்கொள்ள முடியாது என்றார்.

நிறையச் சிந்தித்த பிறகு ஒரு வழியாகப் பிரிட்டனுக்கு வருகை தந்தார். அங்கும் அவர் ஒரு ஜனாதிபதிக்குரிய முறையில் நடந்துகொள்ளவில்லை; பிரதம மந்திரியை நிந்தித்துப் பேசினார்; ராணி எலிஸபெத்தைச் சந்தித்தபோது (அப்போது ராணி எலிஸபெத் உயிரோடிருந்தார்) ஒரு ராணிக்குரிய மரியாதையைக்

காட்டவிலை; இருவரும் ராணுவ மரியாதையைப் பார்த்துக் கொண்டுவந்த போது ராணிக்கு முன்னால் நடந்தார்; அவரைச் சந்தித்தபோது தலைகுனிந்து மரியாதை செய்யவில்லை.

வெளிநாட்டுத் தலைவர்களோடு அகில உலக மாநாடுகளில் கலந்துகொள்ளும் போதும் ட்ரம்ப் ஒரு நாட்டின் தலைவரைப் போல் நடந்துகொள்வதில்லை. ஜி7 மாநாடு ஒன்றில் ஜெர்மனி அதிபர் ஏஞ்சலா மெர்கல் மேஜை ஒன்றின் மேல் கைகளை ஊன்றிக்கொண்டு நின்றிருந்தபோது ட்ரம்ப் அவருக்கு சவால் விடுவதுபோல் கைகளைக் கட்டிக்கொண்டு உட்கார்ந்திருந்தார்.

### தரங்கெட்ட பேச்சுகள், நடத்தைகள்

உச்சநீதிமன்ற நீதிபதியாக ப்ரெட் கேவனாக் என்பவரை ட்ரம்ப் நியமித்தபோது நிறையப் பேர் அதற்கு எதிர்ப்புத் தெரிவித்தனர். ப்ரெட் கேவனாக் தன்னிடம் தவறாக நடந்துகொண்டதாக கிறிஸ்டீனா ஃபோர்ட் என்னும் பெண் கூறியபோது ட்ரம்ப் அவரை மிகவும் கேவலமாகப் பேசினார். ட்ரம்ப்பிற்கு இங்கிதம் என்றால் என்னவென்றே தெரியாது. ஒரு ஜனாதிபதிக்குரிய முறையில் அவர் பேசியதோ நடந்துகொண்டதோ இல்லை. தான்தோன்றித் தனமாக எதையாவது பேசுவார், செய்வார். ஃபோர்டை மிகவும் தரக்குறைவாகப் பேசிய பிறகு அந்தப் பெண்ணை மரியாதையாக நடத்தியதாகக் கூறிக்கொண்டார். 2022இல் இடைத்தேர்தல்கள் நடப்பதற்கு முந்திய நாள் அவைத் தலைவர் நான்ஸி பெலோஸி ஒரு பேட்டியில் 'குடியரசுக் கட்சியின் மேல் எனக்கு எப்போதும் மரியாதை உண்டு; ஆனால் இப்போது அந்தக் கட்சி எந்தக் கொள்கையும் இல்லாத ஒருவரிடம் அடகு வைக்கப்பட்டிருக்கிறது' என்று ட்ரம்ப்பின் பெயரைச் சொல்லாமல் கூறினார்.

கிட்டத்தட்ட அதே சமயம் ட்ரம்ப் பெலோஸியை ஒஹையோ மாநிலத் தேர்தல் பிரச்சாரம் ஒன்றில் 'மிருகம்' என்று குறிப்பிட்டார். எந்தத் தவறும் செய்யாத தன்னை இரண்டு தடவை பதவியிறக்கம் செய்ய பெலோஸி முயன்றதாக அவர்மேல் குற்றம்சாட்டினார். தவறே செய்யவில்லை என்று ட்ரம்ப் அப்பட்டமாகப் பொய் சொல்கிறார். அமெரிக்க மக்கள்தொகையில் கிட்டத்தட்ட பாதிப் பேர் இதை நம்புகிறார்கள் என்பதுதான் மிக, மிக வேதனைக்குரிய விஷயம்.

மைக்கேல் என்னும் பெயரிடப்பட்ட பெரும் புயல் ஃப்ளோரிடா மாநிலத்தில் பெரிய சேதம் விளைவித்துக்கொண்டிருந்தபோது, ட்ரம்ப் கிராமி விருது பெற்ற ஒரு பாடகரைப் பார்த்து ரசித்துக் கொண்டிருந்தார். இருவரும் வெகு காலமாக நல்ல நண்பர்கள் என்றும் சொல்லிக்கொண்டார்.

ட்ரம்ப் மூன்று முறை திருமணம் செய்துகொண்டவர்; அதற்கு மேல் பல பெண்களுடன் உறவு வைத்துக்கொண்டவர். அதை வெளிப்படையாகப் பெருமையாகச் சொல்லிக்கொண்டவர். மூன்றாவது மனைவி பிள்ளை பெற்றுக்கொண்ட சில நாள்களிலேயே இன்னொரு பெண்ணுடன் ஓர் இரவைக் கழித்தவர். தேர்தலில் பங்குபெற முடிவுசெய்தபோது அதை மறைக்க அந்தப் பெண்ணுக்கு 1,30,000 டாலர் பணம் கொடுத்து அந்தப் பெண்ணின் வாயை அடைத்தவர்.

இந்தக் காரியத்திற்கு அவருக்கு உடந்தையாக இருந்து அந்தப் பெண்ணுக்குப் பணத்தைக் கொடுத்த அவருடைய வழக்கறிஞர் மைக்கேல் கோஹென் அதை மறைத்ததற்காக மூன்று வருடங்கள் சிறைத்தண்டனை பெற்றார். ‘நான் ஏமாந்ததுபோல் யாரும் ட்ரம்ப்பை நம்பி ஏமாந்து போகாதீர்கள்’ என்று புலம்பித் தீர்த்தார்.

ஆனால் ட்ரம்ப்போ அவருடைய வழக்கறிஞர் பெரிய பொய்யன் என்றும் இன்னும் அதிக தண்டனை அவருக்குக் கொடுத்திருக்க வேண்டும் என்றும் கூறினார். ஸ்டார்மி டேனியல்ஸ் என்ற அந்தப் பெண்ணும் ட்ரம்ப்போடு தனக்கிருந்த உறவைப் பற்றி வெளிப் படையாகக் கூறினார். இப்படி எத்தனை அவதூறுகள் வந்தாலும் ட்ரம்ப் அவை எதையும் பொருட்படுத்தியதேயில்லை.

பென்ஸில்வேனியா மாநில பிட்ஸ்பர்க் நகரில் யூதர்களின் கோவில் ஒன்று தாக்கப்பட்டு பதினோரு பேர் இறந்ததற்கு இரங்கல் தெரிவிக்க இவரும் இவருடைய மனைவியும் அங்கு சென்றபோது அங்கு அவருக்கு எதிர்ப்புத்தான் இருந்தது. அங்கும் அவர் சில விதிகளை மீறி நடந்துகொண்டார். அவர், ‘யாரையும் எடுத்தெறிந்து பேசும் குணத்தால்தான் யூதர்களின் கோவில் தாக்கப் பட்டது. அதனால் அவர் இங்கு வராமலே இருந்திருக்க வேண்டும்’ என்று ஓய்வுபெற்ற ஒரு கல்லூரிப் பேராசிரியர் கூறினார்.

சவூதி அரேபியாவைச் சேர்ந்த ஜமால் ஹஷோகி வாஷிங்டன் போஸ்ட் என்னும் அமெரிக்கப் பத்திரிகையில் வேலைபார்த்து வந்தார். அவர் சவூதி அரேபியாவில் நடக்கும் ஊழல்களைப் பற்றி அடிக்கடி இந்தப் பத்திரிகையில் எழுதிவந்தார். இதை அறவே வெறுத்த சவூதி இளவரசர் ஆட்களை வைத்துத் துருக்கி நாட்டின் சவூதி அரேபியா தூதரகத்தில் அவரைக் கொலைசெய்ய ஏற்பாடுகள் செய்திருந்தார். அவர் கொலைசெய்யப்பட்டது ஒலிநாடாவில் பதிவாகியிருந்தது. இந்த ஒலிநாடா ட்ரம்ப்பிடம் காட்டப்பட்ட போது அவர் அதைப் பார்க்க மறுத்துவிட்டார். 'அந்த நாடாவில் என்ன இருக்கிறதென்று எனக்குச் சொல்லிவிட்டார்கள்; அதில் நிறைய வன்முறை இருப்பதாகத் தெரிகிறது; நான் அதைப் பார்க்கத் தேவையில்லை; மேலும் சவூதி அரேபியாவோடு தொடர்ந்து நல்ல உறவில் இருக்க அமெரிக்கா விரும்புகிறது' என்றார்.

ட்ரம்ப்பின் கடைசி ஆண்டில் பத்திரிகையாளர்களோடு அவருடைய உறவு மிகவும் மோசமானது. சிஎன்என்னைச் சேர்ந்த ஒரு செய்தியாளரை அவர் வெள்ளைமாளிகையைச் சேர்ந்த ஒரு பெண்ணின் மேல் தன் கைகளைப் போட்டார் என்று குற்றம் சாட்டி வெள்ளைமாளிகைக்கு வருவதற்குரிய உரிமையை ரத்து செய்தனர். ட்ரம்ப்பை விமர்சித்த பத்திரிகையாளர்கள் இப்படித் தான் நடத்தப்பட்டனர். வழக்குத் தொடர்ந்த பிறகு அந்தச் செய்தியாளரின் உரிமை அவருக்குத் திரும்பக் கிடைத்தது.

ஜான் மெக்கெயின் குடியரசுக் கட்சியைச் சேர்ந்த ஒரு செனட்டர். இவர் குடியரசுக் கட்சியைச் சேர்ந்தவர் என்றாலும் ஒரு மிதவாதி. குடியரசுக் கட்சியின் எல்லாக் கொள்கைகளையும் கண்களை மூடிக்கொண்டு பின்பற்றுபவர் அல்ல. சிறந்த தேசபக்தர். அமெரிக்காவுக்காக வியட்நாம் போரில் ஈடுபட்டு வட வியட்நாம் படையினரால் பிடிபட்டு, போர்க்கைதியாக ஐந்தரை வருடங்களை வியட்நாம் சிறையில் கழித்தவர். அவரை ட்ரம்ப் எப்போதும் 'தோற்றவர்' என்றுதான் குறிப்பிடுவார். அவரை அடிக்கடி இகழ்ந்து பேசுவார். அவருக்குரிய மதிப்பை ஒருபோதும் கொடுத்ததில்லை. ட்ரம்ப் ஜனாதிபதியாக இருந்தபோது மெக்கெயின் நோய்வாய்ப்பட்டு இறந்துபோனார். இறக்கும்முன் தன்னுடைய இறுதிச் சடங்குகளுக்கு ட்ரம்ப் வரக்கூடாது என்று சொல்லிவிட்டார். சிறந்த தேசபக்தராகவும் நாட்டிற்கு நிறைய

சேவை புரிந்தவராகவும் இருந்த ஒரு செனட்டரை வேறு எந்த ஜனாதிபதியும் இப்படி நடத்தியிருக்கமாட்டார். ட்ரம்ப் ஆயிரக் கணக்கில் பொய் சொல்லியிருக்கிறார். மெக்கெயின் இதற்கு நேர் எதிர். உண்மையைத் தவிர வேறு எதையும் பேசியதில்லை. 2008இல் ஒபாமாவோடு ஜனாதிபதித் தேர்தலில் போட்டியிட்டுத் தோற்றவர். அவரைப் போன்றவர்களுக்கு ஜனாதிபதி பதவி கிடைக்கவில்லை. ஆனால் ட்ரம்ப் போன்றவர்களை அமெரிக்க மக்கள் தேர்ந்தெடுத்தது அமெரிக்காவின் துரதிர்ஷ்டம் என்றே சொல்ல வேண்டும்.

### ஒபாமாவின் மீது காழ்ப்பு

ஒபாமா ஜனாதிபதியாகத் தேர்ந்தெடுக்கப்பட்டதை வெறுத்த வெள்ளை இனவாதிகளில் ட்ரம்ப்பும் ஒருவர். ஒபாமாவுக்குப் பிறகு ஜனாதிபதியாகப் பதவியேற்ற ட்ரம்ப் அவர் செய்த நல்ல காரியங்கள் அனைத்தையும் ஒபாமா செய்தார் என்பதற்காகவே மாற்றினார் அல்லது முழுவதுமாக ஒழித்துவிட்டார். ஒபாமா காலத்தில் கொண்டுவரப்பட்ட எல்லோருக்கும் மருத்துவ உதவிச் சட்டத்தை (Affordable Care Act) ரத்துசெய்ய எவ்வளவோ முயன்றார்; ஆனால் முடியவில்லை. அதைப் பல வழிகளில் சிதைக்க முயன்றார். சமூக நலத் திட்டங்களுக்கு ஆகும் செலவை மிகவும் குறைத்தார். சுற்றுச் சூழலைக் காப்பாற்ற ஒபாமா காலத்தில் எடுக்கப்பட்ட கட்டுப்பாடுகளை நீக்கினார்; பாரீஸ் சுற்றுச்சூழல் மாநாட்டில் அமெரிக்காவின் உறுப்பினர் பதவியை விலக்கினார். ஈரானோடு ஒபாமா மிகப் பாடுபட்டு போட்ட அணு ஆயுத ஒப்பந்தத்தை எடுத்துவிட்டார். ஒபாமா பணக்காரர்களுக்கு வருமானவரியைக் கூட்டினார்; ட்ரம்ப் ஒபாமா காலத்திற்கு முன் இருந்ததைவிட அதைக் குறைத்தார்.

### பதவி ஆசை

ட்ரம்ப் தன்னுடைய கடைசி ஆண்டை எப்படி இரண்டாவது முறை தேர்ந்தெடுக்கப்படுவது என்பதிலேயே கழித்தார். 2020 மார்ச்சில் கோவிட்-19 தொற்று அமெரிக்காவில் பரவத் தொடங்கியது. அதை எப்படிக் கட்டுப்படுத்துவது, அமெரிக்க மக்களை அதிலிருந்து எப்படிக் காப்பாற்றுவது என்பது பற்றி

யெல்லாம் எதுவும் சிந்திக்காமல் இரண்டாவது முறையும் தேர்தலில் வென்று மறுபடியும் ஜனாதிபதி ஆவதிலேயே குறியாக இருந்தார். 2020 தேர்தலில் ஜோ பைடன்தான் ஜனநாயகக் கட்சியின் வேட்பாளராக ஆகித் தன்னோடு போட்டிபோடுவார் என்று யூகித்து அவர் மீது குற்றங்கள் கண்டுபிடிப்பதிலேயே கவனம் செலுத்தினார். உக்ரைன் நாட்டில் வணிக உறவு வைத்திருந்த பைடனின் மகன்மீது ஏதாவது குற்றம் கண்டு பிடிக்கும்படியும் அப்படிச் செய்தால்தான் அமெரிக்கா உக்ரைனுக்கு ராணுவ உதவி செய்ய முடியும் என்றும் உக்ரைன் ஜனாதிபதியைப் பயமுறுத்தினார்.

### சட்ட விரோதச் செயல்கள்

இப்போது பதவிக்கு வருவதற்கு முன்பே ட்ரம்ப் எப்படி சில சட்டவிரோதமான செயல்களைச் செய்தார் என்று பார்ப்போம். 2016 தேர்தலில் ஹிலரி கிளின்டன் ஜனாதிபதியாகத் தேர்ந்தெடுக்கப் படுவதற்குப் பதில் ட்ரம்ப் தேர்ந்தெடுக்கப்பட்டால் ரஷ்யாவுக்கு அது நன்மையாக முடியும், ட்ரம்ப்பைப் புகழ்ந்தே தங்களுக்குச் சாதகமாக உபயோகித்துக்கொள்ளலாம் என்று நினைத்த ரஷ்யா 2016 தேர்தலில் தலையிட ஆரம்பித்தது.

2016 வசந்த காலத்தில் (ஏப்ரல்- ஜூன்) ட்ரம்ப்பின் தேர்தல் பிரச்சார, வெளியுறவு ஆலோசகர் ஜார்ஜ் பாப்படோபௌலஸ் லண்டனில் பேராசிரியராக இருந்த, ரஷ்யாவோடு அதிகத் தொடர்புடைய மிஃப்ஸட் என்பவரைத் தொடர்புகொண்டார். மிஃப்ஸட் 2016 ஏப்ரலில் மாஸ்கோவுக்குச் சென்றுவந்தவர் ஹிலரி கிளின்டன் மீது அவதூறு பரப்புவதற்கு ரஷ்ய அரசிடம் நிறைய மின்னஞ்சல்கள் இருப்பதாக பாப்படோபௌலஸிடம் கூறினார். அதன் பிறகு ஒரு வாரத்தில் ரஷ்யா ட்ரம்ப்பின் தேர்தல் பிரச்சாரத்திற்கு உதவும் வாய்ப்பு இருப்பதாக ட்ரம்ப்பின் தேர்தல் குழுவுக்குச் செய்தி கிடைத்திருப்பதாகக் கூறினார். குடியரசுக் கட்சியின் பல வேட்பாளர்களில் ஒருவராக இருந்த ட்ரம்ப் ஜனாதிபதி வேட்பாளராக நியமிக்கப்பட்டதையடுத்து 2016 கோடைகாலத்திலும் (ஜூலை-செப்டம்பர்) ரஷ்யா ட்ரம்பிற்கு உதவுவதாகக் கூறிய செய்திகள் தொடர்ந்தன. அந்த ஆண்டு ஜூலை 22ஆம் தேதி ரஷ்யா ட்ரம்ப்பிற்கு உதவும் செய்தி அறிந்து

எஃப்பிஐ ஜூலை 31ஆம் தேதி அது பற்றிய விசாரணையை ஆரம்பித்தது. 2017 ஜனவரி 6ஆம் தேதி அமெரிக்க மத்திய புலனாய்வுத்துறையும் (சிஐஏ) மத்திய ஆராய்ச்சித் துறையும் (எஃப்பிஐ) தேசிய பாதுகாப்புத் துறையும் சேர்ந்து வெளியிட்ட அறிக்கையில் ரஷ்யா ட்ரம்ப்பின் தேர்தல் பிரச்சார சமயத்தில் அவருக்கு உதவியிருப்பது தெரிய வந்திருக்கிறது என்று கூறப் பட்டிருந்தது. 2017 ஜனவரி பாதிக்கும் பிப்ரவரி பாதிக்கும் இடையே கீழவையின் புலனாய்வு மேற்பார்வை நிரந்தரக் குழு (HPSCI), செனட்டின் புலனாய்வு மேற்பார்வைக் குழு (SSCI), செனட்டின் நீதிக் குழு (SJC) ஆகிய மூன்றும் ரஷ்ய தலையீடு பற்றி ஏற்கனவே விசாரணையை ஆரம்பித்திருப்பதாகச் செய்தி வெளியிட்டன. மத்திய புலனாய்வுத் துறை (எஃப்பிஐ) தலைவர் ஜேம்ஸ் கோமி 2016-லேயே ஆரம்பித்த இந்த விசாரணை 2017இலும்—அதாவது ட்ரம்ப் ஜனாதிபதியாகத் தேர்ந்தெடுக்கப் பட்டிருந்தாலும்—தொடர்ந்து நடப்பதாக பாராளுமன்ற உறுப்பினர்கள் முன்னால் கூறினார்.

2016 தேர்தல் முடிந்து ட்ரம்ப் வெற்றிபெற்ற செய்தி கிடைத்ததும் ரஷ்ய அரசு அமெரிக்க அரசியலில் அதிகமாகத் தலையிட ஆரம்பித்தது.

## எஃப்பிஐ விசாரணையை நிறுத்த முயற்சி

அவரே எதிர்பாராமல் வெற்றிபெற்ற ட்ரம்ப் விசாரணையினால் தன் பதவி பறிபோகலாம் என்று பயந்து எப்படியாவது இந்த விசாரணையின் முடிவைத் தனக்குச் சாதகமாக ஆக்கி இந்த இக்கட்டிலிருந்து தப்பிவிட நினைத்தார். கோமியைத் தன்னுடன் சேர்ந்து இரவு உணவு உண்ண வெள்ளைமாளிகைக்கு அழைத்தார். கோமி தனக்கு விசுவாசமாக இருப்பாரா என்று அவரிடமே கேட்டார். ஆனால் கோமியோ, 'நான் பதவி ஏற்கும்போது அரசியல் சட்டத்திற்கு விசுவாசமாக இருப்பேன் என்று உறுதி மொழி கொடுத்திருக்கிறேன். அதனால் அரசியல் சட்டத்திற்குத் தான் விசுவாசமாக இருப்பேன்' என்றார். கோமி மீது கோப மடைந்த ட்ரம்ப் அவரைப் பதவியிலிருந்து நீக்கினார்.

ட்ரம்ப் திடீரென்று கோமியைப் பதவியிலிருந்து நீக்கியது அரசு அதிகாரிகளையும் தலைநகர் வாஷிங்டனில் உள்ளவர்களையும்

அதிர்ச்சியுறச் செய்தது. கோமியை நீக்கியதற்கு ட்ரம்ப் கூறிய காரணம் 2016இல் நடந்த ஜனாதிபதித் தேர்தலில் ஜனநாயகக் கட்சி வேட்பாளரான ஹிலரி கிளின்டனின் மின்னஞ்சல் பற்றி அவர் சரியாக விசாரிக்கவில்லை என்பதுதான் என்றார் (ஹிலரி கிளின்டன் அரசு சம்பந்தமான மின்னஞ்சல்களுக்குத் தன்னுடைய சொந்த மின்னஞ்சல் அடையாளத்தைப் பயன்படுத்தியிருந்தார்). ஆனால் உண்மைக் காரணம் அதுவல்ல. 2016 தேர்தல் சமயத்தில் ட்ரம்ப்பின் தேர்தல் பிரச்சாரகர்களுக்கும் ரஷ்ய அதிகாரிகளுக்கும் இடையே இருந்த தொடர்பையும் ரஷ்ய அதிகாரிகள் ட்ரம்ப் தேர்தலில் வெற்றிபெற வேண்டும் என்பதற்காக ஹிலரிக்கு எதிராகச் செய்த செயல்களும் வெளியில் தெரிந்து தன்னுடைய பதவி பறிபோகலாம் என்று பயந்தார். அதனால் தனக்குச் சாதகமாக விசாரணை முடிவை கோமி மாற்றுவாரா என்று தெரிந்து கொள்ளவே அவரை வெள்ளைமாளிகைக்கு அழைத்தார். கோமி தனக்குச் சாதகமாக விசாரணையின் முடிவை மாற்றமாட்டார் என்று தெரிந்ததும் அவரைப் பதவியிலிருந்து நீக்கினார்.

2016 மே மாதம் ட்ரம்ப்பின் தேர்தல் பிரச்சார, வெளியுறவுக் கொள்கை ஆலோசகர் ஜார்ஜ் பாப்படோபௌலஸ் ரஷ்ய அரசு அதிகாரிகளைத் தொடர்புகொண்டு ரஷ்ய அரசு ஜனநாயகக் கட்சி வேட்பாளர் ஹிலரி கிளின்டனுக்குப் பாதகமாக சில செய்திகளை வெளியிட்டுக் குடியரசுக் கட்சி வேட்பாளர் ட்ரம்ப் வெற்றி பெறுவதற்கு உதவுமாறு கேட்டுக்கொண்டார். இது அமெரிக்க புலனாய்வுத் துறைக்குத் தெரியவந்ததும் அந்த ஆண்டு ஜூலை மாதக் கடைசியில் அது பற்றிய ஒரு விசாரணையை ஆரம்பித்தது. ட்ரம்ப்பின் தேர்தல் பிரச்சார அதிகாரிகள் ரஷ்ய அரசின் அதிகாரிகளோடு கூட்டுச் சேர்ந்து அமெரிக்கத் தேர்தலில் ரஷ்யா தலையிடுவதற்கு ஒத்துழைத்தனரா என்பதைக் கண்டுபிடிப்பதே அந்த விசாரணையின் முக்கிய நோக்கம். அந்த ஆண்டு இலையுதிர் காலத்தில் (அக்டோபர்-நவம்பர்) இரண்டு அமெரிக்க மத்திய அரசு அதிகாரிகள் ரஷ்யா அமெரிக்கத் தேர்தலில் தலையிட்டுத் தேர்தல் முடிவுகளை மாற்ற முயன்றது நிரூபணமாகியிருக்கிறது என்று அறிவித்தனர். 2016 நவம்பரில் தேர்தல் முடிந்ததும் அமெரிக்க அரசு ரஷ்யாவின் மேல் தேர்தலில் தலையிட்டதற்காக சில கட்டுப் பாடுகள் விதித்தது. இதற்கிடையில் உலகமே எதிர்பாராத விதமாக

அமெரிக்க ஜனாதிபதியாக ட்ரம்ப் தேர்ந்தெடுக்கப்பட்டார். 2017 ஆரம்பத்தில் பாராளுமன்ற உறுப்பினர்கள் அடங்கிய பல கமிஷன்கள் ரஷ்யத் தலையீட்டைப் பற்றி விசாரிக்க அமைக்கப் பட்டன.

கோமிக்குப் பதில் இன்னொருவரை அந்த இடத்திற்கு நியமிக்கும் பட்சத்தில் புதிதாக நியமிக்கப்படுபவர் பாராளுமன்ற உறுப்பினர்களின் அங்கீகாரத்தைப் பெற வேண்டும். ட்ரம்ப்பின் குடியரசுக் கட்சியினருக்கு மிகக் குறைந்த எண்ணிக்கையிலேயே பெரும்பான்மை இருந்தது. அதனால் ஜனநாயகக் கட்சி உறுப்பினர் களின் ஆதரவு இல்லாமல் கோமியின் இடத்திற்குப் புதிதாக நியமிக்கப்படுபவர் தேர்ந்தெடுக்கப்படுவது கடினம். ஜனநாயகக் கட்சி உறுப்பினர்களோ 2016 தேர்தலில் ரஷ்யாவின் தலையீட்டை விசாரிக்க புதிதாக ஒரு விசேஷ கமிஷனை நியமித்தாலொழிய தாங்கள் கோமியின் இடத்திற்கு நியமிக்கப்படுபவரை அங்கீகரிக்கப் போவதில்லை என்றனர்.

ட்ரம்ப்பாகத் தேர்ந்தெடுக்கும் யரையும் அவர்கள் நம்பத் தயாராக இல்லை. பதவியைவிட்டு விலக்கப்படுவதற்கு முன் கோமி ரஷ்யா பற்றிய விசாரணைக்காக இன்னும்கொஞ்சம் பணமும் ஆட்களும் கேட்டிருந்தார். ரஷ்ய விசாரணையில் கோமி அதிகக் கவனம் செலுத்தியது ட்ரம்ப்பிற்குக் கோபத்தை உண்டாக்கியது. தன்னைப் பற்றிய சில உண்மைகள் வெளியே வந்துவிடலாம் என்பதால் கோமி செய்ததை ட்ரம்ப் விரும்பவில்லை. இதுதான் அவர் கோமியைப் பதவியிலிருந்து விலக்கியதற்குக் காரணம். அப்படி அவர் விலக்கியது அதிகார துஷ்பிரயோகம் என்று அவரை ஜனாதிபதி பதவியிலிருந்து நீக்கலாம் என்று சில பாராளுமன்ற உறுப்பினர்கள் கருதினர். பாராளுமன்ற இரண்டு அவைகளிலும் குடியரசுக் கட்சிக்கு சிறிய எண்ணிக்கையிலாவது பெரும்பான்மை இருந்ததால் ட்ரம்ப்பை ஜனாதிபதி பதவியிலிருந்து இறக்குவது ஜனநாயகக் கட்சி உறுப்பினர்களுக்கு நடக்கக்கூடிய காரியமாகத் தோன்றவில்லை.

இதற்கிடையில் அமெரிக்க சட்ட அமலாக்கத்துறை 2016 தேர்தலில் ரஷ்யத் தலையீடு பற்றியும் எஃப்பிஐ விசாரணையின் போது சான்றுகளைக் கலைக்கவோ சாட்சிகளைப் பயமுறுத்தவோ

யாராவது முயன்றனரா என்பதை விசாரிக்கவும் ஒரு விசேஷ கமிஷனை 2017 ஜூலையில் நியமித்தது. அதற்குத் தலைவராக ராபர்ட் முல்லர் நியமிக்கப்பட்டார். முல்லர் எஃப்பிஐயில் பதினோரு வருடங்கள் தலைவராகப் பதவி வகித்தவர். இரண்டு கட்சி உறுப்பினர்களாலும் மிகவும் மதிக்கப்பட்டவர். முல்லர் கமிஷன் நியமிக்கப்பட்டது அரசியல் சாசனத்திற்குப் புறம்பானது என்று ட்ரம்ப் கோபப்பட்டுக்கொண்டிருந்தார்.

## முல்லர் விசாரணை

முல்லர் நியமனத்தையும் ட்ரம்ப் வெகுவாக எதிர்த்தார். முல்லரின் நியமனம் அவருடைய நலன்களுக்கும் பொது நலன்களுக்கும் உள்ள முரண் பற்றிக் குறிப்பிடவில்லை என்பதால் அவருடைய நியமனம் சரியில்லை என்றார். ஆனாலும் ஒன்றும் நடக்க வில்லை. இரண்டு வருஷங்கள் கழித்து முல்லர் வெளியிட்ட அறிக்கையில் ட்ரம்ப்பைத் தான் குற்றச்சாட்டுகளிலிருந்து முழுவதுமாக விடுவிக்கவில்லை என்று கூறியிருந்தார். பதவியில் இருக்கும் ஒரு ஜனாதிபதிமேல் எப்படிக் குற்றம் சாட்டுவது என்பது பற்றியும் அவர் சிந்தித்ததாகத் தெரிகிறது. ட்ரம்ப்பின் தேர்தல் பிரச்சாரக் குழு ரஷ்ய அதிகாரிகளிடம் உதவி கேட்க வில்லை என்றும் ரஷ்ய அதிகாரிகள் ட்ரம்ப்பின் தேர்தல் பிரச்சாரத்திற்கு உதவுவதற்கு முன்வந்ததும் அதை அவர்கள் ஏற்றுக்கொண்டார்கள் என்றும் கூறியிருக்கிறார்.

ஜெஃப் ஸெஸன்ஸ் சட்ட அமலாக்கத் துறையிலிருந்து விலக்கப்பட்டதும் வில்லியம் பார் என்பவர் அந்தப் பதவிக்கு ட்ரம்ப்பால் நியமிக்கப்பட்டார். இவர் ட்ரம்ப்போடு எல்லா வகையிலும் ஒத்துழைத்தார். இவரும்கூட 2020 தேர்தல் நடந்து பைடன் வெற்றிபெற்றதை ட்ரம்ப் மாற்ற முயன்றபோது அதற்கு ஒத்துழைக்க விரும்பவில்லை. ட்ரம்ப்பின் பதவிக் காலம் 2021 ஜனவரி 20ஆம் தேதி முடிவதற்கு முன்பே 2020 டிசம்பர் 23ஆம் தேதியன்றே ட்ரம்ப்பின் அமைச்சரவையை விட்டு விலகினார் (ஆனால் அவரே ட்ரம்ப் 2024 ஜனாதிபதித் தேர்தலில் நின்றால் அவருக்கு ஓட்டுப் போடுவேன் என்று கூறியிருப்பதாகப் புதிய செய்தி ஒன்று வந்திருக்கிறது. இந்த அமெரிக்க மக்களின் ட்ரம்ப் மோகம் எப்போது மறையும் ?).

## மீண்டும் ஜனாதிபதியாகத் திட்டம்

2020 நவம்பர் மாத தேர்தல் நாள் நெருங்க நெருங்க ட்ரம்ப் எதிலும் கவனம் செலுத்தாமல் தேர்தலில் வென்று மறுபடியும் ஜனாதிபதி யாவது எப்படி என்பதிலேயே குறியாக இருந்தார். அதற்குள் கொரோனா தொற்று பல லட்சம் அமெரிக்கர்களின் உயிர்களைக் குடித்திருந்தது. அதைப்பற்றியெல்லாம் ட்ரம்ப் கவலைப்பட வில்லை. மலேரியாக் காய்ச்சலுக்குரிய மருந்தை குடிக்கும்படி அமெரிக்க மக்களுக்கு அறிவுரை கூறிக்கொண்டிருந்தார். அக்டோபர் மாதம் அவருக்கே கொரோனா தொற்று வந்தபோது தன்னைத் தனிமைப்படுத்திக்கொள்ளும்படி மருத்துவர்கள் கூறியபோது அதைச் சரியாகச் செய்யவில்லை. எல்லோர் மீதும் அடிக்கடி கோபப்பட்டார்.

# 4
## தேர்தல் தோல்வியும் புரட்டுகளும்

### தோல்வியை ஏற்க மறுப்பு

தேர்தலுக்கு முன்பே தான் தோற்றால் தான் அதை ஒப்புக்கொள்ளப் போவதில்லை என்று கூற ஆரம்பித்தார் ட்ரம்ப். 2020-ஆம் ஆண்டு நவம்பர் 3ஆம் தேதி தேர்தல் நாள். ஒபாமா ஜனாதிபதியாக முதல் தடவை வெற்றிபெற்ற 2008இல் தேர்தல் நாளன்றே யார் ஜனாதிபதியாக வெற்றிபெற்றார் என்ற செய்தி வந்துவிட்டது. சில ஆண்டுகளில் தேர்தல் முடிந்த பிறகு ஒரு சில தினங்களில் முடிவுகள் வரும். 2020இல் நவம்பர் 7ஆம் தேதி இறுதி முடிவுகள் வந்தன. தேர்தல் முடிவுகள் வந்து சில மணி நேரங்களிலேயே தான் தோற்றதை ஒப்புக்கொள்ளப் போவதில்லை என்பதை ட்ரம்ப் எல்லோருக்கும் உணர்த்திவிட்டார். அப்போதிலிருந்தே ட்ரம்ப் தேர்தல் முடிவை—அதாவது தன் தோல்வியை—ஒப்புக்கொள்ள வில்லை; அதனால் பைடன் வெற்றிபெற்றதை ஒப்புக்கொண்டு தான் ஆற்ற வேண்டிய உரையையும் ஆற்றவில்லை. ஜனநாயகத்தில் அமைதியாக அதிகார மாற்றம் நடப்பதற்கு இது முக்கியம். இன்றுவரை ட்ரம்ப் இதைச் செய்யவில்லை. அது மட்டுமல்ல, தேர்தல் முடிவுகள் சரியில்லை என்றும், தன்னிடமிருந்து அந்தத் தேர்தல் திருடப்பட்டது என்றும் கூற ஆரம்பித்தார். இன்றுவரை அப்படியே கூறிக்கொண்டிருக்கிறார், அதை நம்புவதற்கு அவருக்கு ஆதரவாளர்களும் இன்னும் இருக்கிறார்கள்.

### தேர்தல் முடிவை மாற்ற முயற்சிகள்

அவரும் அவருடைய கூட்டாளிகளான வழக்கறிஞர்களும்

எப்படித் தேர்தல் முடிவுகள்ள ட்ரம்புக்குச் சாதகமாக மாற்றுவது என்பதற்குப் பல குறுக்கு வழிகளில் முயற்சிசெய்ய ஆரம்பித்தனர்; இந்த முயற்சிகள் நவம்பரில் ஆரம்பித்து 2021 ஜனவரி ஆறாம் தேதி அவருடைய ஆதரவாளர்கள் பாராளுமன்றக் கட்டடத்திற்குள் அனுமதி இல்லாமல் சன்னலை உடைத்து நுழைந்து அங்கு அராஜகச் செயல்கள் புரிந்தது வரையும் அதற்குப் பிறகும் தொடர்ந்தன.

நீதிமன்றங்களில் தொடுத்த வழக்குகள் தோற்றுப்போயின. தேர்தல் எந்திரம் ட்ரம்ப்புக்குப் போட்ட வாக்குகளை பைடனுக்கு மாற்றிவிட்டன; வாக்குச் சீட்டுகள் தெருவில் எறியப்பட்டுக் கிடந்தன; வாக்குகளைச் சரியாக எண்ணவில்லை; வாக்காளர்கள் அல்லாதவர்கள் வாக்குப்போட்டார்கள் என்று ஆதாரமில்லாமல் போட்ட வழக்குகள் இவை. தீர்ப்புச் சொன்ன சில நீதிபதிகள் குடியரசுக் கட்சியைச் சேர்ந்தவர்கள்; சிலர் ட்ரம்ப்பால் நியமிக்கப் பட்டவர்கள்.

மாநிலத் தேர்தல் அதிகாரிகளைத் தேர்தல் முடிவுகளை மாற்றச் சொன்னது நடக்கவில்லை. அமெரிக்கத் தேர்தல்கள் மாநிலங் களால் நடத்தப்படுகின்றன, ஜனாதிபதி தேர்தல் உட்பட. 2020இல் சில மாநிலங்கள் குடியரசுக் கட்சியின் ஆட்சியில் இருந்தன; சில மாநிலத் தேர்தல் அதிகாரிகள் (இவர்களை Secretary of State என்பார்கள்) குடியரசுக் கட்சியைச் சேர்ந்தவர்கள். ஆனால் யாரும் ட்ரம்ப் மிரட்டலுக்குப் பணியவில்லை.

இவை போன்ற வழிகள் பலனளிக்கவில்லையென்றதும் ட்ரம்ப் கூட்டாளிகளின் வழிகள் மிகவும் தீவிரமாகின. ட்ரம்ப் பதவி விலகியதிலிருந்து இதுவரை அமெரிக்கத் தேர்தல் விதிகளில் பெரிதாக எந்த மாற்றமும் ஏற்படவில்லை; எதிர்காலத்தில் அமெரிக்க ஜனாதிபதிகள் ட்ரம்ப் கையாண்ட வழிமுறைகளைக் கையாளும் வாய்ப்பு நன்றாகவே இருக்கிறது; மேலும் 2020 தேர்தல் பற்றி ட்ரம்ப் சொன்ன பல பொய்களை நம்புபவர்கள் இன்னும் நிறையப் பேர் இருக்கிறார்கள். இவை அமெரிக்க ஜனநாயகத் துக்குப் பெரும் அச்சுறுத்தல்கள்.

**முயற்சிகள் தீவிரப்பட்டன**

தேர்தலுக்குப் பிறகு ட்ரம்ப்பின் தேர்தல் பிரச்சாரக் குழு, குடியரசுக்

கட்சி உறுப்பினர்கள், சிட்னி பவல், லின் வுட் என்னும் ஆலோசகர்கள் அடங்கிய அவருடைய முக்கிய கூட்டாளிகள் அரிசோனா, ஜார்ஜியா, பென்சில்வேனியா, மிச்சிகன், விஸ்கான்ஸின் போன்ற 'இழுபறி மாநிலங்கள்' உட்பட பல மாநிலங்களில் நீதிமன்றங்களில் தேர்தல் முடிவுகளை எதிர்த்து வழக்குத் தொடுத்தனர். ட்ரம்ப் தேர்தல் முடிவுகளை ஒப்புக் கொள்ள மறுத்தபோது அதை எதிர்க்காத குடியரசுக் கட்சித் தலைவர்களும் நீதிமன்றங்களே தேர்தல் சம்பந்தமான சச்சரவு களில் தீர்வு தேடும் இடம் என்று நினைத்தனர். ஆனால் எல்லா இடங்களிலும் ட்ரம்ப்பே நியமித்த பல நீதிபதிகள் உட்பட இந்த வழக்குகளைத் தள்ளுபடி செய்தனர். ஒரு நாளைக்கு ஒன்றுக்கு மேற்பட்ட வழக்குகூடத் தள்ளுபடியானது. தேர்தல் முடிவுகளை மாற்றும் அளவுக்குப் போதுமான வாக்குகள் இல்லையென்றும் தேர்தலுக்கு முன்பே இந்த வழக்குகள் நீதிமன்றத்திற்கு வந்திருக்க வேண்டும் என்றும் சில வழக்குகளில் நீதிபதிகள் தீர்ப்புக் கூறினர். மற்றும் சில வழக்குகளில் நீதிபதிகள் தேர்தலில் மோசடி எதுவும் நடக்கவில்லையென்று தீர்ப்பளித்தனர். ட்ரம்ப்பின் முதன்மை வழக்கறிஞரும் முன்னாள் நியூயார்க் மேயருமான ரூடி ஜூலியானி வாதிட்ட ஒரு வழக்கில் நீதிபதி வாக்காளர்களின் நியாயமான ஓட்டுக்களைத் தள்ளுபடிசெய்ய முயல வேண்டாம் என்று அறிவுரை கூறினார்.

2020 டிசம்பர் மாதம் 11ஆம் தேதி டெக்ஸாஸ் மாநிலமும் ட்ரம்ப்பும் 100 கீழவை உறுப்பினர்களும் சேர்ந்து உச்ச நீதி மன்றத்தில் தொடர்ந்த வழக்கு ஒன்றை—பைடனின் வெற்றியைத் தள்ளுபடி செய்ய வேண்டும் என்ற கோரிக்கையை—உச்ச நீதிமன்றம் விசாரிக்காமலேயே தள்ளுபடி செய்தது. ட்ரம்ப்பும் அவருடைய ஆதரவாளர்களும் நீதிமன்றங்களில் வழக்குகளைத் தொடர்ந்துகொண்டேயிருக்க அவை தள்ளுபடி செய்துகொண்டே வரப்பெற்றன. ட்ரம்ப் நீதிமன்றங்களின் மூலம் வெற்றிபெற முடியாது என்பது தெளிவாகிக்கொண்டே வந்தது.

வாக்காளர்கள் வாக்குகள் அளித்ததும் அந்த முடிவுகளை முதலில் உள்ளூர் மையங்களிலுள்ள தேர்தல் அதிகாரிகளும் பின் மாநில அளவிலான அதிகாரிகளும் உறுதிசெய்ய வேண்டும். நீதி மன்றங்கள் மூலம் தாம் வெற்றிபெற்றதாகப் பொய்யாக நிரூபிக்க

முடியாது என்பது தெளிவானதும் ட்ரம்ப் குடியரசுக் கட்சியைச் சேர்ந்தவர்கள் தேர்தல் அதிகாரிகளாக இருந்த மாநிலங்களில் அந்த அதிகாரிகளுக்குத் தேர்தல் முடிவுகளை மாற்றும்படி அழுத்தம் கொடுக்கத் தொடங்கினர். மிஷிகன் மாநில வெய்னே மாவட்ட அதிகாரி தன்னைப் பலமுறை ட்ரம்ப் தொலைபேசியில் கூப்பிட்டு பைடன் வெற்றிபெற்றதாகக் கூற வேண்டாம் என்று கேட்டுக்கொண்டதாகக் கூறினார். அரிஸோனா மாநில பெரிய மாவட்டமான மரிகோப்பா மாவட்ட அதிகாரியைக் கூப்பிட்டு இதே மாதிரி கேட்டுக்கொண்டாராம். ஜார்ஜியா மாநில ஆளுநர் பிரையன் கேம்பையும் அந்த மாநில வெளியுறவு அமைச்சரையும் அரிஸோனா மாநில ஆளுநர் டூஸியையும் பல முறை கூப்பிட்டு அந்தந்த மாநிலங்களில் தேர்தல் முடிவுகளை மாற்றும்படியும் அல்லது முடிவுசெய்ய வேண்டாம் என்றும் கேட்டுக்கொண்டார். எல்லா முடிவுகளும் வெளிவந்த பிறகு இழுபறி மாநிலங்களில் தேர்தல் முடிவுகள் மாற்றப்பட்டாலும் பைடனின் வெற்றியை மாற்ற முடியாது என்பது உறுதியாகியது.

## தேர்வாளர் குழு

ஒரு சமூகத்தின் சார்பில் எந்தப் பதவிக்கும் ஆட்களைத் தேர்வு செய்ய அமைக்கப்படும் குழுவே தேர்வாளர் குழு (Electoral College) என்று அழைக்கப்படும். அமெரிக்காவில் ஜனாதிபதித் தேர்தலில் யார் வென்றார் என்பதைத் தீர்மானிக்க ஏற்படுத்தப் பட்ட தேர்வாளர் குழு எப்படி அமைக்கப்படுகிறது என்று பார்ப்போம். இந்தக் குழுவின் உறுப்பினர்கள் கட்சியின் மாநிலக் கிளையாலோ மாநிலத்தின் அரசாலோ தேர்ந்தெடுக்கப் படுகிறார்கள். பொதுமக்கள் வாக்களித்துத் தேர்ந்தெடுக்கப் படுவதில்லை. இவர்கள் படித்தவர்களாதலால் இவர்களால் தேர்ந்தெடுக்கப்படுபவர்கள் தகுதியானவர்கள் என்று கருதப் படுகிறார்கள். இந்த அமைப்பினால் மக்கள்தொகை குறைவாக உள்ள மாநிலங்களுக்கு ஜனாதிபதி தேர்தலில் பங்கு குறையாமல் இருப்பதாகக் கருதப்படுகிறது.

அமெரிக்காவில் ஜனாதிபதியையும் துணை ஜனாதிபதியையும் தேர்ந்தெடுப்பதற்குத் தேர்வாளர் குழு முடிவாக பயன்படுத்தப் படுகிறது. ஒவ்வொரு மாநிலத்தில் இருக்கும் தேர்வாளர் குழு

அந்தந்த மாநில சட்டதிட்டங்களின்படி அமைக்கப்படுகிறது. ஒவ்வொரு மாநில தேர்வாளர் குழுவிலும் இருக்கும் உறுப்பினர்களின் எண்ணிக்கை அந்த மாநில செனட்டர்கள் (எல்லா மாநிலங்களுக்கும் இரண்டு செனட்டர்கள்), கீழவை உறுப்பினர்கள் (இவர்களின் எண்ணிக்கை அந்தந்த மாநிலங்களின் மக்கள் தொகையைப் பொறுத்தது) ஆகியோரின் எண்ணிக்கையைப் பொறுத்து இருக்கும். குறைந்த மக்கள்தொகை உள்ள (581,000) வயோமிங் போன்ற மாநிலங்களுக்கு கீழவையில் ஒரு உறுப்பினராவது உண்டு. அதிக மக்கள்தொகை உள்ள கலிஃபோர்னியா போன்ற மாநிலங்களுக்கு (இதன் மக்கள்தொகை சுமார் 4 கோடி) 53 கீழவை உறுப்பினர்கள். இந்த மாநிலத்தின் தேர்வாளர்களின் (எலெக்டர்ஸ்) எண்ணிக்கை 55 (2 செனட்டர்கள்+53 கீழவை உறுப்பினர்கள்). வயோமிங் மாநிலத்தில் 195,000 பேருக்கு ஒரு தேர்வாளர், கலிஃபோர்னியா மாநிலத்தில் 715,000 பேருக்கு ஒரு தேர்வாளர். இதிலிருந்து குறைந்த மக்கள்தொகை உள்ள மாநிலங்களுக்கு ஜனாதிபதியைத் தேர்ந்தெடுப்பதில் அதிக பிரதிநிதித்துவம் கிடைக்கிறது என்பது தெரிகிறது.

குறைந்த ஜனத்தொகை உள்ள மாநிலங்களுக்கு அதிக பிரதிநிதித்துவம் கொடுக்கப்பட வேண்டும் என்பதற்காகவே அமெரிக்காவை உருவாக்கிய அரசியல்வாதிகள் இந்தத் தேர்வாளர் குழு முறையைக் கொண்டுவந்தார்கள். ஒவ்வொரு மாநிலத்திலும் மொத்தம் வாக்களித்தவர்களின் வாக்குகளைப் பொதுமக்கள் வாக்கு என்கிறார்கள்; அந்த மாநிலத்தில் எந்த வேட்பாளருக்கு அதிக வாக்குகள் கிடைக்கின்றதோ அந்த வேட்பாளருக்கே தேர்வாளர் குழு வாக்குகள் அனைத்தும் கிடைக்கும். 2016இல் ட்ரம்ப்பைவிட சுமார் முப்பது லட்சம் அதிக பொதுமக்கள் வாக்குகள் பெற்ற ஹிலரி கிளின்டன் தோற்றார். முப்பது லட்சம் பொதுமக்கள் வாக்குகள் அதிகமாகக் கிடைத்தாலும் ட்ரம்ப்பை விட அவருக்குக் குறைவாகவே தேர்வாளர் குழு வாக்குகள் கிடைத்ததால் தோற்றார்.

### தேர்வாளர் குழுவை மாற்ற முயற்சி

2020 டிசம்பர் மாதம் 14ஆம் தேதி தேர்வாளர் குழு உறுப்பினர்கள் கூடியபோது ட்ரம்ப்பின் ஆதரவாளர்கள் அடங்கிய புது தேர்வாளர்

குழுவை அமைக்க ட்ரம்ப்பின் சொந்த வழக்கறிஞர் ஜூலியானியும் மற்ற ஆதரவாளர்களும் மாநில ஆளுநர்கள் மூலம் முயன்றனர். கடைசியாக யார் ஜனாதிபதியாகத் தேர்ந்தெடுக்கப்படுகிறார் என்பதைத் தேர்வாளர் குழுதான் முடிவுசெய்வதால் ட்ரம்ப் ஒவ்வொரு மாநிலத் தேர்வாளர் குழுவையும் தனக்குச் சாதகமாக ஓட்டுப் போடும்படி கேட்டுக்கொண்டார் அல்லது புது தேர்வாளர் குழுவை நியமிக்க முயன்றார். இந்த முயற்சிகள் எல்லாம் தோற்றுப் போயின.

### வாக்கு எண்ணிக்கை பற்றிக் கட்டுக்கதை

இந்த முயற்சிகள் எல்லாம் தோற்றுப் போனதும் ட்ரம்ப்பும் அவருடைய ஆதரவாளர்களும் வேறு வழிகளைப் பின்பற்ற முயன்றனர். சில மாநிலங்களில் வாக்குகள் எண்ணப்படும் முறையில் குற்றம் கண்டுபிடிக்க முயன்றனர். மிஷிகனில் வாக்குகள் எண்ணப்பட்ட முறையில் குற்றம் கண்டுபிடித்து 300 பக்க அறிக்கையை ட்ரம்ப் சமர்ப்பித்தார்; ஆனால் போதிய ஆதாரங்கள் கொடுக்கவில்லை. பென்சில்வேனியா மாநிலத்தில் வாக்குகளுக்குப் பின்னால் ஒரு தேதியைப் போடச் சொன்னதாகத் தான் கேட்டதாக ஒரு தபால் ஊழியர் சொன்னதை அவரே பின்னால் மறுத்ததால் அதிலும் உண்மை இல்லாமல் போயிற்று. ஜார்ஜியாவில் ஒரு அதிகாரி வாக்குகளை ஒரு சூட்கேஸிலிருந்து நிரப்பியதாக ட்ரம்ப்பும் ஜூலியானியும் கூறியதும் உண்மை இல்லையென்று பின்னால் தெரிந்தது.

இந்தக் கட்டுக்கதைகளைக் கூறியதற்கு அந்தத் தேர்தல் அறையில் வேலைபார்த்த ஊழியர்கள் ஜூலியானியின் மேல் வழக்குத் தொடர்ந்திருக்கிறார்கள். இதற்குப் பிறகு வாக்கு இயந்திரங்களைக் குறைசொல்ல ஆரம்பித்தனர். ட்ரம்ப்பிற்குப் போடப்பட்ட வாக்குகளை அந்த இயந்திரங்கள் பைடனுக்கு மாற்றிவிட்டனவாம். இந்தக் குற்றச்சாட்டை எதிர்த்து அந்த இயந்திரங்களை உருவாக்கிய டொமினிகன் நாடு இவர்கள் மேல் வழக்குத் தொடர்ந்திருக்கிறது.

ஒரு இத்தாலியக் கம்பெனி அமெரிக்கப் புலனாய்வுத் துறையோடு சேர்ந்துகொண்டு தேர்தலை பைடனுக்குச் சாதகமாக ஆக்க முயன்றிருக்கிறது என்று இன்னொரு குற்றச்சாட்டு.

**அரசுத் துறையின் உதவியை நாடல்**

இந்த முறைகள் எல்லாம் தோற்றுப் போனதும் தன்னுடைய சட்ட அமலாக்கத் துறையையே (இது இந்தியாவில் உள்துறை அமைப்புக்குச் சமமானது) தன்னுடைய குற்றச்சாட்டுகள் எல்லாம் உண்மையானவை என்று கூறும்படி வற்புறுத்திப் பார்த்தார். அப்படிச் செய்ய அவருடைய உள்துறை அமைச்சர் ஒப்புக் கொள்ளாததால் அவருக்குப் பிறகு பதவியேற்ற ஜெஃப்ரி ரோஸன் என்பவரைத் தேர்தல் முறையாக நடத்தப்படாததால், ஒரு விசாரணைக் கமிஷன் அமைக்கப்படுகிறது என்று அறிவிக்குமாறு வற்புறுத்தினார். அவரிடம் 'தேர்தலில் முறைகேடு நடந்துள்ளது' என்று ஒரு அறிக்கை மாத்திரம் விடுங்கள். மற்றதை நான் பார்த்துக்கொள்கிறேன்' என்றாராம் ட்ரம்ப். பைடன் ஆறு மாநிலங்களில் வெற்றிபெற்றதாக அறிவித்ததை உச்சநீதிமன்றம் விசாரிக்கும்படி அமெரிக்க அரசு சார்பில் ஒரு வேண்டுகோள் விடுக்கவும் ரோஸனிடம் சொன்னாராம். ரோஸன் ட்ரம்ப் சொன்னபடி கேட்க மாட்டார் என்பது உறுதியானதும் சட்ட அமலாக்கத் துறையைச் சேர்ந்த ட்ரம்ப்பின் செயல்களுக்கு ஒத்துப் போவதாகக் கூறிய ஜெஃப்ரி க்ளார்க் என்னும் அதிகாரிக்குப் பதவி உயர்வு கொடுப்பதாகக் கூறித் தன் பக்கம் இழுக்கப் பார்த்தார். 2021 ஜனவரி 3ஆம் தேதி வெள்ளைமாளிகையின் ஓவல் அறையில் நடந்த கூட்டத்தில் அந்தத் துறை அதிகாரிகள் க்ளார்க்குக்குப் பதவி உயர்வு கொடுத்தால் தாங்கள் அனைவரும் மொத்தமாகப் பதவியைவிட்டு விலகிவிடுவோம் என்று பயமுறுத்தியபிறகு ட்ரம்ப் இந்த முயற்சியிலிருந்து பின்வாங்கி விட்டார். ட்ரம்ப்பின் சட்ட அமலாக்கத்துறை ட்ரம்ப்பிற்கு உதவாது என்பது உறுதியாயிற்று.

**சூழ்ச்சி பாராளுமன்றத்துக்கே செல்கிறது**

டிசம்பர் 14-ஆம் தேதி தேர்வாளர் குழு பைடன் ஜனாதிபதியாகத் தேர்ந்தெடுக்கப்பட்டார் என்று உறுதிசெய்தவுடன் ட்ரம்ப்பின் ஆதரவாளர்களின் கவனம் அடுத்த ஆண்டு ஜனவரி 6ஆம் தேதி நடைபெறப் போகும் துணை ஜனாதிபதி தேர்வில் முடிவாக வென்றவர் யார் என்று அறிவிக்கும் நிகழ்ச்சிக்குச் சென்றது. பென்ஸை அதுவரை வந்த தேர்தல் முடிவுகள் சரியில்லை என்றும்

மாற்றுத் தேர்வாளர் குழு கொடுக்கும் முடிவுகளை ட்ரம்ப்பிற்குச் சாதகமாக ஆக்கி அதைக் கூறச் செய்யலாம் என்றும் யோசிக்க ஆரம்பித்தனர்; அது தேர்தலே ஊழல் நிறைந்ததாக இருப்ப தாகவும் மறுபடி மாநில அரசுகளே தேர்தல் முடிவுகளை அறிவிக்க வேண்டும் என்றும் அப்போது ட்ரம்ப்பிற்குச் சாதகமாக மாநில அரசுகள் தேர்தல் முடிவுகளை அறிவிக்கலாம் என்றும் ஒரு திட்டம் தீட்டினர். பென்ஸின் ஆலோசகர்கள் சட்டப்படி இந்த யோசனைகள் எல்லாம் குப்பை என்றும் சட்டப்படி செல்லாதவை என்றும் அவருக்கு அறிவுறுத்தினர். ட்ரம்ப்பின் உதவியாளர்கள் பென்ஸ் இப்படிச் செய்வதற்கு சட்டக் குறிப்புகள், கணினி பவர் பாய்ன்ட் ஆகியவற்றைத் தயாரித்துக் கொடுத்தனர். டெட் க்ரூஸ் போன்ற குடியரசுக் கட்சியைச் சேர்ந்த செனட்டர்கள் சிலர் விவாத நேரத்தில் பென்ஸுக்கு உதவுவதாகக் கூறினர். தலைநகர் வாஷிங்டன் ஓட்டல் ஒன்றில் ட்ரம்ப்பின் நெருங்கிய வக்கீல் நண்பர்கள் கூடி நாட் கணக்கில் பென்ஸை எப்படிச் சம்மதிக்க வைப்பது என்பது பற்றி விவாதித்தனர். ஆனால் பென்ஸ் எதற்கும் மசியவில்லை. அரசியல் சாசனத்திற்குத் தான் உறுதியளித்தபடி தானாக இன்னொரு தேர்வாளர் குழுவை நியமிக்க முடியாது என்று கூறிவிட்டார். பென்ஸ் மூலமும் தான் ஜனாதிபதி பதவியை அடைய முடியாது என்று தெரிந்த வுடன் ட்ரம்ப் வேறு வழிகளைப் பற்றி யோசிக்க ஆரம்பித்தார்.

### ஆதரவாளர்களைத் தூண்டிவிட்டார்

மக்களிடம் தனக்கிருக்கும் அரசியல் ஆதரவைத் தனக்குச் சாதகமாக உபயோகித்துக்கொள்வது பற்றி ட்ரம்ப் நினைக்க ஆரம்பித்தார். தொடர்ந்து தான் வெற்றிபெறாத அந்தத் தேர்தலில் ஊழல் நடந்திருக்கிறது என்றும் தன்னிடமிருந்து இந்தத் தேர்தல் திருடப்பட்டிருக்கிறது என்றும் அவருடைய ஆதரவாளர்களை நம்பவைத்துக்கொண்டிருந்தார். பைடன் வெற்றிபெற்றது உறுதியானவுடன் தேர்தல் பற்றித் தான் கூறிவரும் பொய்களைத் தொடர்ந்து கூறிவந்தால் அவருடைய ஆதரவாளர்கள் அந்தப் பொய்களை நம்பி தனக்குக் கொடுக்கும் ஆதரவால் தேர்தல் அதிகாரிகள், நீதிபதிகள், மாநில ஆளுநர்கள், சட்டமன்ற உறுப்பினர்கள் மூலம் தேர்தல் முடிவுகளை மாற்றுவதற்கு ஒரு வழியைக் கண்டுபிடிக்கலாம் என்று நம்பினார்.

தேர்தல் முடிந்த நாளிலிருந்தே ட்ரம்ப் தேர்தல் தன்னிடமிருந்து திருடப்பட்டது என்றும் தான் தோற்ற மாநிலங்களில் தான் வெற்றிபெற்றதாக வெளிப்படையாகக் கூறவும் ஆரம்பித்தார். அவருடைய ஆதரவாளர்களும் மிஷிகன் மாநில டெட்ராய்ட்டிலும் அரிஸோனா மாநில பீனிக்ஸிலும் வாக்குகள் எண்ணப்படும் இடங்களுக்கு முன்பாக கூடத் தொடங்கினர். ட்ரம்ப் நாடு முழுவதும் தேர்தல் கூட்டங்கள் நடத்தினார். இப்படிக் கூட்டங்கள் நடத்தியது தீவிரவாதிகளையும் வெள்ளை இனவாதிகளையும் சமூக ஊடகங்களில் ட்ரம்ப்பிற்கு ஆதரவு தேட உதவின. 'இந்தத் திருட்டை நிறுத்துங்கள்' என்ற கோஷங்களை நாடு முழுக்க அவருடைய ஆதரவாளர்கள் பரப்பினர். 2020 நவம்பர் 14ஆம் தேதியும் டிசம்பர் 12ஆம் தேதியும் அவருடைய ஆதரவாளர்கள் தலைநகர் வாஷிங்டனில் எதிர்ப்பு ஊர்வலங்கள் நடத்திக் காவல்துறை அதிகாரிகளோடு மோதினர். டிசம்பர் 19ஆம் தேதி ஒரு கூட்டம் நடத்தித் தன் ஆதரவாளர்களை அடுத்த ஆண்டு ஜனவரி 6ஆம் தேதி நடக்கப்போகும், தேர்தல் முடிவுகளை அறிவிக்கும் கடைசிக் கூட்டத்திற்கு வந்து வன்முறையில் நடந்துகொள்ளும்படி கேட்டுக்கொண்டார்.

## ஆதரவாளர்களின் வன்முறை

ஜனவரி 6ஆம் தேதி வெள்ளைமாளிகைக்கு முன்னால் நடந்த கூட்டத்தில் கூட்டத்தினரை வன்முறையில் ஈடுபடும்படி தூண்டுவது போல் பேசினார். ஜூலியானி 'நாம் எப்படியாவது போராடி வெற்றிபெற வேண்டும்' என்று பேசினார். இன்னொரு கீழவை உறுப்பினர் 'வன்முறையிலாவது நாம் ஆட்சியைப் பிடிக்க வேண்டும்' என்றார். ட்ரம்ப் தானும் அவர்களோடு வருவதாகக் கூறி அவர்களைப் பாராளுமன்றக் கட்டடத்திற்குச் செல்லும்படி கூறினார். கூட்டத்தினர் வன்முறையில் இறங்கியபோது 187 நிமிடங்களுக்கு ட்ரம்ப் எதுவுமே பேசாமல் மௌனம் சாதித்தார். உள்ளே நுழைந்து வன்முறையில் ஈடுபட்ட கூட்டத்தினரை காவல்துறையினர் வெளியேற்றினர்; பென்ஸ் இரவு 8:06 மணிக்கு பாராளுமன்ற அங்கத்தினர்களைக் கூடச் சொல்லி மாநிலத் தேர்வாளர்கள் கொண்டுவந்திருந்த தேர்தலில் வெற்றிபெற்றவர்களின் பட்டியலைப் படித்து பைடன் ஜனாதிபதியாகத்

தேர்ந்தெடுக்கப்பட்டிருக்கிறார் என்று அறிவித்தார். பென்ஸ் அறிவித்த பின்புதான் இந்த முயற்சியிலும் ட்ரம்ப் தோற்று விட்டார் என்பது உறுதியானது.

### ராணுவத்தின் தலையீட்டுக்கு யோசனை

தேர்தல் முடிந்த சில தினங்களில் ட்ரம்ப்பின் நண்பர்கள் ராணுவத்தின் மூலம் வாக்குகளையும் வாக்கு இயந்திரங்களையும் கைப்பற்றி அப்போது நடந்த தேர்தலில் ஊழல்கள் இருந்ததால் மறுபடி தேர்தல் நடத்த வேண்டும் என்று ட்ரம்ப்பிடம் கூறத் தொடங்கினர். டிசம்பர் 18ஆம் தேதி வெள்ளைமாளிகையின் ஓவல் அறையில் நடந்த கடைசிக் கூட்டத்தில் இந்த யோசனைகள் கூறப்பட்டதற்கு இப்போது நிறைய ஆவணங்கள் கிடைத்திருக் கின்றன.

### அரசு தன் சொந்தக் கம்பெனி

ஜனாதிபதி பதவியேற்றதிலிருந்து ட்ரம்ப் மத்திய அரசையும் அவருடைய பெயரில் இயங்கிவந்த அரசியலையும் தன்னுடைய சொந்தக் கம்பெனி போலவே பாவித்துவந்தார். பல வருடங் களாகத் தான் நடத்திவந்த தன் சொந்தக் கம்பெனியோடு இது சேர்ந்துவிட்டதாக நினைத்துக்கொண்டார். 'என்னுடைய ஜெனெரல்கள்' என்றுதான் ஓய்வுபெற்ற, பதவியில் இருந்த ராணுவ ஜெனெரல் களைக் குறிப்பிடுவார்; தேர்தல் நிதிக்காகவோ குடியரசுக் கட்சி சார்பிலோ பெற்ற நன்கொடைகளையும் தன் பணம் என்றுதான் குறிப்பிடுவார்; குடியரசுக் கட்சித் தலைவர் கெவின் மெக்கார்த்தியை என்னுடைய கெவின் என்றுதான் குறிப்பிடுவார். வெள்ளை மாளிகை ஆவணங்களைப் பற்றி என்ன சொன்னார் தெரியுமா? அவையும் தன்னுடைய ஆவணங்கள்தாம் என்று குறிப்பிட்டார்.

### அரசு ஆவணங்கள் சொந்தச் சொத்து ஆகிறது

வெள்ளைமாளிகையை விட்டுக் கடைசியாக 2021 ஜனவரியில் கிளம்பியபோது ரகசிய ஆவணங்கள் சிலவற்றை அவர் எடுத்துச் சென்றபோது அவை தன்னுடையவை என்று கூறியதாக அவருடைய உதவியாளர்கள் கூறினர். அவற்றைத் தன்னுடைய சொந்த கேளிக்கை இடமான ஃப்ளோரிடா மாநில பாம் பீச்சில்

இருக்கும் மாரா-அ-லோகோவுக்கு எடுத்துச் சென்றுவிட்டார். அவற்றில் சில மிகவும் ரகசியமான ஆவணங்கள்; அவை தேசிய ஆவணக் காப்பகத்தில் இருக்க வேண்டியவை. கிட்டத்தட்ட 18 மாதங்கள் அவருக்கும் அரசுக்கும் இடையே நடந்த பேச்சு வார்த்தைக்குப் பிறகு மத்திய புலனாய்வுத்துறை அவருடைய மாரா-அ-லோகோவில் அந்த ஆவணங்களுக்காக 2022 ஆகஸ்ட் மாதக் கடைசியில் சோதனை போட வேண்டியதாகியது. அரசின் உடமையான அவற்றை எதற்காக எடுத்துச் சென்றார் என்பதற்கு சரியான விடைகாண முடியவில்லை. இருந்தாலும் சில விளக்கங்களைக் கூறலாம்.

ட்ரம்ப்பிற்கு எப்போதுமே சின்னச் சின்ன சாமான்களைக் கீழே போடாமல் சேர்த்துவைக்கும் பழக்கம் உண்டு. தன்னுடைய ட்ரம்ப் டவர் அலுவலகத்தில் அவற்றைச் சேர்த்துவைத்துப் பலரிடம் காட்டிப் பெருமைப்படும் பழக்கம் அவருக்கு உண்டு. பாஸ்கெட் பால் விளையாட்டு வீரர் ஒருவரின் மிகப்பெரிய காலணி ஒன்றைத் தன்னுடையதுபோல் வைத்திருந்தார். அதுபோல் நாட்டிற்குச் சேர வேண்டிய ஆவணங்களையும் தனக்குரியவை என்று எண்ணிக்கொண்டார். வட கொரிய அதிபர் கிம்-ஜாங்-அன் தனக்கு எழுதிய கடிதங்களையும் பெருமையாக வெள்ளை மாளிகைக்கு வந்தவர்களுக்கு அவருடைய ஆலோசகர்கள் பயந்து கொண்டிருக்கும்போது அவர் சந்தோஷமாகக் காட்டியதாகக் கூறுகிறார்கள்.

*அரசின் ரகசியங்கள் அம்பலம்*

இப்படி அவர் நாட்டின் ரகசியங்களை மற்றவர்களிடம் சந்தோஷ மாகப் பகிர்ந்துகொண்டது அவர் பதவியேற்ற சில மாதங் களிலேயே ஆரம்பித்துவிட்டது. 2017 மே மாதம், அதாவது அவர் பதவியேற்று நான்கு மாதங்களிலேயே இஸ்ரேல் அரசு கொடுத்த சில ரகசியத் தகவல்களை இரண்டு ரஷ்ய மேல்நிலை அரசு அதிகாரிகளோடு பகிர்ந்துகொண்டார். அவர் இப்படிச் செய்தது மத்திய அரசின் பாதுகாப்பு அதிகாரிகளை மிகவும் அதிர்ச்சியுறச் செய்தது. இரண்டு வருடங்களுக்குப் பிறகு ஈரான் செலுத்திய ராக்கெட் புகைப்படம் ஒன்றை அவருடைய உதவியாளர்கள் அவரிடம் காட்டியபோது மிகவும் மகிழ்ந்துபோன ட்ரம்ப், 'இதை

இப்போதே ட்வீட் செய்யப் போகிறேன்' என்று குதூகலத்தோடு கூறினார். அவர் அப்படிக் கூறியது அப்போது அங்கிருந்த மத்திய புலனாய்வுத்துறை அதிகாரி, தேசிய பாதுகாப்புத்துறை அதிகாரி களை அதிர்ச்சி அடையச் செய்தது. அதிகாரிகள் அவரைத் தடுக்க முயன்றும் அதை மீறி அப்போது அவருக்கிருந்த ஆறு கோடி ட்விட்டர் விசிறிகளோடு பகிர்ந்துகொண்டார். ஜனாதிபதி ஆனவுடன் தன் கம்பெனி பொறுப்புகளைத் தன் மகன்களிடம் ஒப்படைத்துவிட்டதாக அவர் கூறினாலும் அப்படி அவர் செய்ய வில்லை, தொடர்ந்து அந்த வேலைகளையும் பார்த்துவந்தார்.

## சட்டம் எனக்குக் கீழே

பிரான்ஸ் அதிபர் பதினாறாவது லூயி பெருமையாகக் கூறிக் கொண்டதுபோல், ட்ரம்ப்பும் 'தானே நாடு' என்று கூறிக் கொண்டார். அரசு சம்பந்தப்பட்ட எல்லாம் தன்னுடையவை என்று சொல்லிக்கொண்ட அவர் மிகவும் ரகசிய ஆவணங்களும் தன்னுடையவை என்று நினைத்துக்கொண்டார்; ஒரு வழியாக ஜனவரி 20ஆம் தேதி வெள்ளைமாளிகையைவிட்டுச் செல்லும் போது ரகசிய ஆவணங்களையும் தன்னோடு எடுத்துச் சென்றார்.

தான் தோற்றதை ஒப்புக்கொள்ளாதது மட்டுமல்ல பைடனின் வெற்றியையும் ட்ரம்ப் ஒருபோதும் ஒப்புக்கொள்ளவில்லை. மத்திய புலன்விசாரணைத் துறை ட்ரம்ப்பின் மாரா-அ-லோகோ மாளிகையில் 48 காலி கவர்களைக் கண்டுபிடித்தது. இதற்குப் பிறகு இன்னும் எத்தனை ஆவணங்கள் காணாமல் போயிருக் கின்றனவோ என்ற பயம் வந்திருக்கிறது. மேலும் இந்த ஆவணங் களைப் பற்றி விசாரிப்பதற்கு ஒரு விசேஷ வழக்கறிஞர் வேண்டும் என்று ட்ரம்ப் கேட்டிருப்பது வழக்கு விசாரணையைத் தள்ளிப் போடுவதற்குத்தான் என்று பலர் பயப்பட்டனர். அவர் வேண்டு கோளுக்குகிணங்கி ஆவணங்களைப் பரிசீலிப்பதற்கு ஒரு விசேஷ வழக்கறிஞர் நியமிக்கப்பட்டார். அதை எதிர்த்துச் சட்ட அமலாக்கத்துறை மேல்முறையீடு செய்யச் உயர்நீதிமன்றம் அதை ரத்து செய்தது.

ஜனாதிபதிக்குக் கொடுக்கப்பட்டிருக்கும் ட்விட்டர் அடையாளத் திற்குப் பதிலாக தன் சொந்த அடையாளத்தையே உபயோகித்து வந்தார். வெள்ளைமாளிகை ஊழியர்களுக்கு எந்தவித சட்ட

திட்டங்களும் இல்லை என்று வாதித்த ட்ரம்ப், அவர்கள் அழைக்கப்படும் எந்தவித விசாரணைக்கும் அவர்கள் உட்பட வேண்டியதில்லை என்பது ட்ரம்ப்பின் வாதம். மிகவும் ரகசிய ஆவணங்களைப் பத்திரமாகக் காப்பது பற்றி அவருடைய ஆலோசகர்கள் அவரை எச்சரிக்கும் போதெல்லம் ட்ரம்ப் அவர்களுடைய யோசனைகளைக் கேட்பதில்லை. முதலிலிருந்தே முக்கியமான அரசு ஆவணங்களைப் பாதுகாப்பாக வைக்காமல் அவற்றை ஒரு அட்டைப் பெட்டியில் அடைத்துத் தாம் போகும் இடமெல்லாம் ஒரு ஊழியரை அதைச் சுமந்து வரச்செய்வார். முக்கிய ஆவணங்கள் அவரிடம் சமர்ப்பிக்கப்படும் போதெல்லாம் அவற்றை வெள்ளைமாளிகையில் தான் தங்கியிருக்கும் தனிப் பட்ட இடத்திற்கு அனுப்பச் சொல்வார். அந்த மாதிரி ஆவணங் களுக்கு என்ன கதி நேர்ந்தது என்று தெரியவில்லை. அந்த ஆவணங்கள் பற்றி அரசு அதிகாரிகள் அவருக்கு எடுத்துக் கூறும் போதெல்லாம் ட்ரம்ப் அவற்றின் மீது எந்த ஆர்வமும் காட்டிய தில்லை.

**சான்றுகள் அழிப்பு**

முக்கிய ஆவணங்களிலிருந்தும் மிக ரகசிய ஆவணங்களிலிருந்தும் சில பக்கங்களைக் கிழித்துத் தரையிலோ குப்பைக் கூடையிலோ போடும் பழக்கம் ட்ரம்ப்பிடம் எப்போதும் இருந்தது. அவர் அப்படிச் செய்த பிறகு மற்ற ஊழியர்கள் கிழிந்த துண்டுகளை ஒன்றுசேர்த்து டேப் வைத்து ஒட்டி அந்த ஆவணங்களைப் பழைய நிலைக்குக் கொண்டுவர வேண்டும். ஏனெனில் அந்த ஆவணங்கள் எல்லாம் சட்டப்படி பாதுகாக்கப்பட வேண்டும். ஒரு சில சமயங்களில் அந்த ஆவணங்களில் ஏதாவது எழுதி அவற்றை டாய்லெட்டில் போட்டு 'ஃப்ளஷ்' செய்துவிடுவார். வெளிநாடு சென்ற சமயங்களிலும் இப்படி இரண்டுமுறை செய்ததாக அவருடன் சென்ற உதவியாளர்கள் கூறுகிறார்கள். முக்கியமான ஆவணங்களை அவர் பரிசீலிப்பதற்கு அவருடைய ஃப்ளோரிடா மாநில மாரா-அ-லோகா மாளிகையிலும் நியூஜெர்ஸி மாநில கோல்ஃப் க்ளப்பிலும் ரகசிய அறைகள் அமைத்திருந்தாலும் அவற்றை எல்லாச் சமயங்களிலும் அவர் உபயோகித்ததில்லை. ஒரு முறை ஜப்பான் பிரதம மந்திரி அமெரிக்காவுக்கு வந்திருந்த

போது வட கொரியா ஏவுகணையை வெடித்தபோது ரகசிய இடத்திற்குச் செல்லாமல் வராந்தாவில் நின்றுகொண்டு செல்போன் வெளிச்சத்தில் அதை ஆராய்ந்தனர். நாள்கள் செல்லச் செல்ல ட்ரம்ப்பின் பொறுப்பில்லாத இந்தச் செயல்களுக்கு வெள்ளை மாளிகை அதிகாரிகள்—குறிப்பாக அவருடைய வெள்ளை மாளிகை முதன்மைச் செயலர் ஜான் கெல்லி—தடைபோட்ட போது ட்ரம்ப் மிகவும் கோபப்பட்டார். எந்த ஆவணத்தை அவர் தனியாக எடுத்துச் சென்றாலும் அதை எதற்காக எடுத்துச் செல்கிறோம் என்று அவர் உணர்ந்ததே இல்லை. அவர் எதைச் செய்தாலும் அதை எதற்காகச் செய்கிறோம் என்று புரிந்து செய்தாரா என்று அவருக்குப் புரிந்ததில்லை என்று அவருடைய தேசிய பாதுகாப்பு ஆலோசகர் போல்டன் கூறி இருக்கிறார். ஆனால் அதிகாரிகளோ அவை போய்ச்சேரக் கூடாத இடத்திற்குப் போய்விடுமோ என்று மிகவும் பயந்தார்கள். அவருடைய நண்பர்கள் சிலரைப் பற்றிய விவரங்கள் அவற்றில் இருந்திருக்க லாமோ என்றும் சிலர் நினைத்தனர். 2022 ஆகஸ்டில் அவருடைய மாரா லோகோ மாளிகையில் கண்டுபிடிக்கப்பட்ட ஓர் ஆவணம் பிரான்ஸ் அதிபர் இம்மானுவேல் மேக்ரான் பற்றியது.

## ஜனாதிபதி பதவிக்குத் தகுதியற்றவர்

2016இல் அமெரிக்க ஜனாதிபதியாக எந்த அரசியல் அனுபவமும் ராணுவத்தில் வேலைபார்த்த அனுபவமும் இல்லாத டோனால்ட் ட்ரம்ப் தேர்தெடுக்கப்பட்டது அரசியல் உலகையே ஸ்தம்பிக்கச் செய்தது. அவர் ஜனாதிபதியாக இருந்த நான்கு வருடங்களில் அமெரிக்க சமூகத்தில் பல பிளவுகள் ஏற்பட்டன; இதுவரை அமெரிக்க சரித்திரத்திலேயே இல்லாத ஒரு வித்தியாசமான ஜனாதிபதி அவர் என்பதும் தெளிவாகியது.

நியூயார்க்கின் தொழிலதிபரும் தொலைக்காட்சி நிகழ்ச்சிகள் நடத்தியவருமான ட்ரம்ப் எல்லா மரபுகளையும் மீறிய ஒரு தேர்தல் பிரச்சாரம் நடத்தி தேர்தலில் வென்றார்; அவர் அதன் பிறகு அரசியல் நடத்திய விதமும் மிகவும் வித்தியாசமானது, அதுவரை இருந்த மரபுகளை மீறியது.

மற்ற ஜனாதிபதிகள் தாங்கள் ஜனாதிபதியாகத் தேர்ந்தெடுக்கப் பட்டு வெள்ளைமாளிகைக்குக் குடிவந்தவுடன் நாட்டில்

ஒற்றுமையை நிலைநாட்டப் பாடுபடும் முயற்சியைத் தொடங்கினர். ஆனால் ட்ரம்ப்போ முதல் நாளிலிருந்து பதவியைவிட்டு விலகும்வரை அரசியல் மோதல்களில் குஷியாக ஈடுபட்டார். முதலிலிருந்தே அவர் தன்னுடைய எதிரிகள் என்று நினைத்தவர் களை—சமூக ஊடகங்கள், தன்னுடைய அரசிலேயே வேலை பார்த்தவர்கள், இரண்டு கட்சித் தலைவர்கள், மற்ற நாட்டுத் தலைவர்கள்—குற்றம்சாட்டத் தொடங்கினார். அவர் ஜனாதி பதியாக இருந்த நான்கு வருடங்களில் ட்விட்டருக்கு மொத்தம் 26,000 ட்விட்டுகள் அனுப்பினார். இந்த ட்விட்டுகள் அவருடைய உண்மை சொரூபத்தை எடுத்துக்காட்டின. போகப் போக அவருடைய ட்விட்டர் செய்திகள் கோபத்தையும் வெறுப்பையும் தூண்டுவனவாக இருந்ததால் டிவிட்டர் அவரை டிவிட்டரில் செய்திகள் அனுப்புவதிலிருந்து நிரந்தரமாக விலக்கியது. (இப்போது ட்விட்டரின் புதிய அதிபர் எலன் மஸ்க் ட்ரம்ப்பை மறுபடி சேர்த்துக்கொண்டார்.) இரண்டு தடவை பதவியிறக்கம் செய்யப்பட்ட ஒரே ஜனாதிபதி ட்ரம்ப்தான். சென்ற 150 வருடங்களில் தனக்குப் பிறகு வெற்றிபெற்ற ஜனாதிபதியின் பதவியேற்பு விழாவில் கலந்துகொள்ளாத ஜனாதிபதி இவர் ஒருவர்தான்.

**சாதனைகள்?**

உள்நாட்டு விஷயங்களிலும் வெளியுறவு விஷயங்களிலும் தான் தோன்றித்தனமான மாற்றங்களைக் கொண்டுவந்தார். உள் நாட்டில் பழமைவாதிகள் வெகு நாள்களாகக் கொண்டுவர விரும்பிய, அதுவரை இல்லாத அளவுக்கு கார்ப்பரேட்டுகளுக்கு வரியைக் குறைத்தது, சுற்றுச்சூழலைக் காப்பாற்றக் கொண்டுவரப் பட்ட கட்டுப்பாடுகளைத் தளர்த்தியது, மத்திய அரசின் நீதித் துறையையே மாற்றியது ஆகியவை உள்நாட்டு மாற்றங்கள். வெளியிலிருந்து அமெரிக்காவுக்கு வர விரும்பியவர்களைத் தடுத்து நிறுத்தப் புதிய விதிகளைக் கொண்டுவந்தது, அமெரிக்கா கையெழுத்திட்ட சர்வதேச உடன்படிக்கைகளிலிருந்து விலகியது, இஸ்ரேலோடு நெருங்கிய உறவு வைத்துக்கொண்டது, சீனாவுக்கும் அமெரிக்காவுக்கும் இடையே வணிக உறவுகளில் மாற்றம் கொண்டுவந்தது, மற்ற நாடுகளோடும் பொருளாதார உறவுகள்

சரியில்லை என்று நினைத்து அவற்றை மாற்றியது ஆகியவை சர்வதேச அளவில் அவர் கொண்டுவந்த மாற்றங்கள். இந்த மாற்றங்கள் அமெரிக்காவின் எதிர்காலத்தையே எப்படி மாற்றின என்பதை ஆராய்ந்து முடிக்கப் பல வருடங்கள் வேண்டும். இருந்தாலும் பியூ ஆராய்ச்சி நிலையம் செய்திருக்கும் சில ஆராய்ச்சிகளிலிருந்து சிலவற்றை இப்போதே அறியலாம். ட்ரம்ப்பின் காலத்தில் என்னென்ன சமூக மாற்றங்கள் உத்வேக மடைந்தன அல்லது முதல் முறையாக உருப்பெற்றன என்று அறிவதற்கு இவை உதவுகின்றன.

அரசியல் அனுபவம் இல்லாதது, எதையும் சிந்திக்காமல் வெளிப்படையாகக் கூறிவிடுவது, அதுவரை இருந்த வழக்கங் களை மாற்றத் தயாராக இருந்தது, ஒரு ஜனாதிபதிக்குரிய முறையில் நடந்துகொள்ளாதது ஆகியவை எல்லோருடைய கவனத்தையும் கவர்ந்ததோடு மட்டுமல்லாமல் பல பிளவு களையும் உண்டாக்கியது.

### பிளவுபட்ட நாடு

பதவிக்கு வருமுன்பே அதற்கு முந்தைய முப்பது வருடங்களில் எந்த ஜனாதிபதியும் செய்திராத அளவுக்கு இரண்டு கட்சி களிடையேயும் பிளவுகளை ஏற்படுத்தினார். அவர் ஜனாதிபதி ஆனபிறகு இது மிகவும் அதிகரித்தது. அவர் பதவியில் இருந்த போது 86% குடியரசுக் கட்சியினர் அவர் அரசியலைக் கையாண்ட விதத்தைப் புகழ்ந்தனர்; ஆனால் 6% ஜனநாயகக் கட்சியினர்தான் அவரை ஆதரித்தனர். இரண்டு கட்சி உறுப்பினர்களிடமும் இந்த அளவுக்கு வித்தியாசம் சமீபத்தில் இருந்ததில்லை. ட்ரம்ப்பிற்கு ஆதரவு ஒருபோதும் ஐம்பது சதவிகிதத்தைத் தாண்டியதில்லை. அவருடைய கடைசி நாள்களில்—அதுவும் பாராளுமன்றக் கட்டடத்தில் நடந்த நிகழ்ச்சிகள் தெரியவந்த பிறகு அவருக்கு ஆதரவு மிகவும் கீழே போய் 29 சதவிகிதத்தைத் தொட்டது. பதவியைவிட்டு, ஏறத்தாழ இரண்டு ஆண்டுகளுக்குப் பிறகும் நாட்டின் வாக்காளர்களில் 34 சதவிகிதத்தினர் இவரை ஆதரிப்பதாகக் கருத்துக்கணிப்புகள் கூறுகின்றன.

குடியரசுக் கட்சியினரும் ஜனநாயகக் கட்சியினரும் அவர் அரசை நடத்தியதில் மட்டுமல்லாமல் அவருடைய குணாதிசயங்களையும்

ஆளுமையையும் வெவ்வேறு விதத்தில் எடைபோட்டனர். 2019இல் நடந்த வாக்கெடுப்பில் 75 சதவிகித குடியரசுக் கட்சியினர் அவருடைய பேச்சு தங்களுக்கு நம்பிக்கை தருவதாகவும், உற்சாகமூட்டுவதாகவும் பல விஷயங்களைத் தெரிந்துகொள்ள உதவியதாகவும் மகிழ்ச்சியூட்டியதாகவும் பெருமைப்பட வைத்ததாகவும் கூறினர். அதேசமயம் அதைவிட அதிக ஜனநாயகக் கட்சியினர் அவருடைய பேச்சு கவலை தரக்கூடியதாகவும் கோபத்தைத் தூண்டுவதாகவும் குழப்பமடையச் செய்வதாகவும் தங்களை இழிவுபடுத்தியதாகவும் கூறினர். 2019 ஆண்டின் ஒரு கணக்கெடுப்பில் திருமண பந்தத்தில் ஈடுபட ஒரு துணையைத் தேடிக்கொண்டிருந்த 71 சதவிகித ஜனநாயகக் கட்சியினர் 2016இல் ட்ரம்ப்பிறகு வாக்களித்த யாரையும் அவர்கள் தங்கள் துணையாக அநேகமாகத் தேர்ந்தெடுக்கப் போவதில்லை என்று கூறினார்கள். குடியரசுக் கட்சியின் 47 சதவிகிதத்தினர் ஹிலரி கிளின்டனுக்கு வாக்களித்தவர்களைத் தேர்ந்தெடுக்கப் போவதில்லை என்றனர்.

பல அமெரிக்கர்கள் ட்ரம்ப்பைப் பற்றியோ அரசியலைப் பற்றியோ பேசப் பிரியப்படவில்லை. 2019-இல் 44 சதவிகிதம் பேர் அவர்களுக்குச் சரியாகத் தெரியாதவர்களோடு ட்ரம்ப் பற்றிப் பேசப் பிரியப்படவில்லை. ட்ரம்ப் காலத்தில் ஜனநாயகக் கட்சியினருக்கும் குடியரசுக் கட்சியினருக்கும் இடையே ட்ரம்ப் அரசியல் நடத்தும் விதம் பற்றி நிறைய வேறுபாடுகள் உண்டாயின. ட்ரம்ப்பின் ஆட்சி ஆரம்பிப்பதற்கு முன்னால் பிளவுகள் இல்லாத அரசியல் கொள்கைகள், விழுமியங்கள்கூட அவருடைய காலத்தில் பிளவுபட்டன. 1994இல் அமெரிக்கர்களிடம் அரசின் பங்கு, சுற்றுச்சூழல் பாதுகாப்பு, நாட்டின் பாதுகாப்பு பற்றிக் கேள்விகள் கேட்கப்பட்டபோது குடியரசுக் கட்சியினருக்கும் ஜனநாயகக் கட்சியினருக்கும் இடையே 15 சதவிகிதமாக இருந்த வேற்றுமைகள் ட்ரம்ப் பதவிக்கு வந்து ஒரு வருடத்தில் 36 சதவிகிதமானது. அதற்கு முன்பாகவே இந்த வேற்றுமைகள் வளர ஆரம்பித்திருந்தாலும் ட்ரம்ப் காலத்தில் வேகமாக வளர்ந்தன. மேலும் சில விஷயங்களில் இரு கட்சி உறுப்பினர்களின் எண்ணவோட்டத்தில் அதிலும் இனம், பால் போன்ற விஷயங்களில் நிறைய மாறுதல்கள் ஏற்படத் தொடங்கின. கறுப்பர்கள் தங்களுக்கு அநீதி நடந்து போராடிய போது அவர்களை அடக்க வேண்டும் என்று மாநில அரசுகளுக்கு

யோசனை கூறினாரேயொழிய அவர்களுடைய போராட்டத்திற்குக் காரணத்தை அறிந்துகொள்ளவோ அதற்குப் பரிகாரம் தேடவோ முயலவில்லை. 2020இல் நடந்த கணக்கெடுப்பில் 70 சதவிகிதம் பேர் ‘அமெரிக்காவில் வெள்ளையராக இருப்பதைவிட கறுப்பராக இருப்பது மிகவும் கடினம்’ என்றார்கள். இதே கேள்விக்கு ட்ரம்ப் பதவிக்கு வரும் முன்னால் 53 சதவிகிதம் பேரே இப்படிக் கூறினார்கள். குடியரசுக் கட்சியினரில் இந்தக் கேள்வியைப் பொறுத்தவரை சிலரிடமே மாற்றம் இருந்தது.

அடிப்படைக் கொள்கைகளிலேயே குடியரசுக் கட்சியினரும் ஜனநாயகக் கட்சியினரும் இவர் காலத்தில் நிறைய விஷயங்களில் வேறுபடத் தொடங்கினர். ட்ரம்ப் செய்தி நிறுவனங்களைப் பொய்ச் செய்தி கூறுபவர்கள், மக்களின் எதிரிகள் என்று கூறத் தொடங்கியதும் குடியரசுக் கட்சியினர் பலரும் பத்திரிகைகளைப் நிந்திக்கத் தொடங்கினர். அதே சமயம் ஜனநாயகக் கட்சியினருக்கு இந்தச் செய்தி நிறுவனங்களில் நம்பிக்கை குறையவில்லை. குடியரசுக் கட்சியினர் பலர் ஃபாக்ஸ் நியூஸ் என்னும் தொலைக் காட்சி சேனலை மட்டுமே பார்க்கத் தொடங்கினர். மாறுபட்ட கொள்கைகளையுடைய செய்தி நிறுவனங்களை இரு கட்சியினரும் பார்க்கத் தொடங்கினர். ட்ரம்ப் விமரிசித்த செய்தி நிறுவனங்களை குடியரசுக் கட்சியினரும் நிராகரிக்கத் தொடங்கினர். ட்ரம்ப்பை விமரிசித்த சிஎன்என் என்னும் செய்தி நிறுவனம் பல குடியரசுக் கட்சியினராலும் நிராகரிக்கப்பட்டது. ட்ரம்ப்பைக் கடுமையாக விமர்சித்த நியூயார்க் டைம்ஸ், வாஷிங்டன் போஸ்ட் போன்ற பத்திகைகளை ட்ரம்ப் ஆதரவாளர்களும் நம்ப மறுத்தனர்.

### வெறுப்பு வளர்ந்தது

ட்ரம்ப் பதவிக்கு வந்து இரண்டு, மூன்று வருடங்களில் ட்ரம்ப் ஆதரவாளர்கள் பத்திரிகைகள் மக்களின் நன்மைக்காகச் செயல் படுகின்றன என்றோ, ஒழுக்கநெறிகளைப் பின்பற்றுகின்றன என்றோ, அரசியல் தலைவர்கள் செய்யும் தவறுகளைச் சுட்டிக் காட்டுகின்றன என்றோ கூறுவதை விட்டுவிட்டனர். ட்ரம்ப்பின் ஆதரவாளர்கள் ட்ரம்ப் எதிர்த்த எல்லோரையும் எதிர்க்க ஆரம்பித்தனர். செய்தி ஊடகங்கள் மீது இரு கட்சியினருக்கும் பல வேற்றுமைகள் வளர்ந்து வந்ததோடு தவறான செய்திகள்

கொடுக்கப்படுகின்றன என்ற பயமும் ஜனநாயகக் கட்சியினரிடம் வளரத் தொடங்கியது.

இனவெறுப்பு, பால்வெறுப்பு, பயங்கரவாதம் ஆகியவை வாதங்களில் முதன்மை வகித்தன.

### புரட்டுச் செய்திகள்

இட்டுக்கட்டிச் சொல்லும் செய்திகள் நிறையத் தோன்ற ஆரம்பித்தன. புரட்டுச் செய்திகள் கொரோனா பரவ ஆரம்பித்த காலத்திலும் 2020 ஜனாதிபதி தேர்தல் காலத்திலும் வேகமாகப் பரவ ஆரம்பித்தன. கற்பனைப்பொய்கள் ட்ரம்ப் காலத்தில் நிறையக் கூறப்பட்டன. இவற்றை ட்ரம்பே கூற ஆரம்பித்தார். அதுவும் 2020 செப்டம்பர் மாதம் 47% பேர் இந்தக் கற்பனைப் பொய் களையும் விளக்கங்களையும் நம்ப ஆரம்பித்தனர். 2020 ஆரம்பத்தில் 23% பேரே இந்தக் கதைகளை நம்பினர்.

கொரோனா கிருமி பரவல் மற்றும் அதற்குரிய தடுப்பு முயற்சிகளிலிருந்து அமெரிக்காவின் பொருளாதார நிலை வரை ட்ரம்ப் அடிக்கடி நிரூபிக்கப்படாத, கேள்விக்குரிய பல விஷயங் களுக்குச் சொந்தம் கொண்டாட ஆரம்பித்தார். அவருடைய நான்கு வருட பதவிக் காலத்தில் அவர் கூறிய பொய்ச் செய்திகளை யெல்லாம் உண்மை கண்டுபிடிக்கும் நிறுவனங்கள் எடுத்துக் காட்டின. அவர் கூறிய எல்லாப் பொய்களிலும் மிகப் பெரியதும் பெரிய தீமை விளைவிக்கக் கூடியதும் 2020 ஜனாதிபதித் தேர்தலில் நடந்த ஊழல்களால், தாம் தோல்வியுற்றதாகவும் ஜோ பைடன் வெற்றிபெற்றதாகவும் திரும்பத் திரும்பக் கூறியது.

### ஜனநாயகத்தில் நம்பிக்கை நசிவு

மாநில அளவிலும் மத்திய அரசிலும் இயங்கும் பல நீதிமன்றங் களில் தான் தோற்றது தேர்தலில் நடந்த ஊழல்களால்தான் என்று கூறி வழக்குத் தொடர்ந்தார். அவர் தொடர்ந்த 62 வழக்குகளில் ஒன்றே ஒன்றத்தைத் தவிர மற்ற எல்லா வழக்குகளும் தள்ளுபடி செய்யப்பட்டன; மேலும் எல்லா மாநிலங்களும் பைடன்தான் வெற்றிபெற்றார் என்று சான்றிதழ் கொடுத்த பிறகும் தான் பெரிய வெற்றிபெற்றதாகக் கூறிக்கொண்டிருந்தார். அவர் இப்படித்

திருப்பித் திருப்பிக் கூறியதால், அவருக்கு வாக்களித்தவர்கள் அவர் தவறாகச் சொந்தம் கொண்டாடியதை நம்ப ஆரம்பித்தனர். 2021 ஜனவரியில் நடந்த கருத்துக் கணிப்பில் அவருடைய ஆதரவாளர்களில் 75% பேர் அநேகமாக அவர் வென்றிருக்கலாம் என்றோ உறுதியாக அவரே வென்றார் என்றோ கூறினர். அவர் ஜனாதிபதியாக இருந்த நான்கு ஆண்டுகளிலும் ஜனநாயகத்தின் தூண்களான பத்திரிகைச் சுதந்திரம், நீதிமன்றங்கள் ஆகியவற்றை மட்டுமல்லாது தேர்தல் முறையையே கேள்வி கேட்டுக் கொண்டிருந்தார். 2017-2019 ஆண்டுகளுக்கிடையே நடந்த கணக்கெடுப்புகளில் பாதிக்கும் மேலான அமெரிக்கர்கள் ட்ரம்ப்புக்கு அமெரிக்காவின் ஜனநாயக நிறுவனங்களின்மேல் நம்பிக்கை இல்லை என்றனர்.

2020இல் நடந்த தேர்தல் அமெரிக்க ஜனநாயகம் பற்றி இன்னும் சில சந்தேகங்களைக் கொண்டுவந்தது. தேர்தலுக்கு முன்னாலேயே தபாலில் வரும் வாக்குகளைப் பற்றி ட்ரம்ப் சந்தேகங்களைக் கிளப்ப ஆரம்பித்தார். ஒருவேளை தோற்றால் அமைதியாகப் பதவியைவிட்டு விலகுவீர்களா என்ற கேள்விக்குப் பதில் சொல்ல மறுத்துவிட்டார். தோற்ற பிறகு தோல்வியை ஒப்புக் கொள்ள மறுத்துவிட்டார். அவரும் அவருடைய நண்பர்களும் தேர்தல் பற்றி நிறைய வழக்குகள் போட்டனர். ஒன்றிலும் வெற்றி பெறவில்லை. அதற்கு மேல் ட்ரம்ப் மாநிலத் தேர்தல் அதிகாரி களைக் கூப்பிட்டு தேர்தல் முடிவுகளை மாற்றும்படி அவர்களை வற்புறுத்தினார்.

### வன்முறை

அவருடைய கடைசி முயற்சியாக ஜனவரி ஆறாம் தேதி அவருடைய ஆதரவாளர்களை பாராளுமன்றக் கட்டடத்திற்கு வந்து வன்முறையில் ஈடுபடும்படி வற்புறுத்தினார். பைடன் வென்றதை அறிவிக்கும் அதே தினத்தன்று அவருடைய ஆதரவாளர்கள் பாராளுமன்றக் கட்டடத்திற்குள் நுழைந்து வன்முறையில் ஈடுபட்டனர். இரண்டு அவை பாராளுமன்ற உறுப்பினர்களும் பாதுகாப்பிற்காக கட்டடத்தின் கீழறைக்குச் சென்று ஒளிந்துகொள்ள வேண்டியதாயிற்று. பாதுகாவலர்கள் வந்து ஒழுங்கை நிலைநாட்டிய பிறகுதான் துணை ஜனாதிபதி

பென்ஸ் தேர்தல் முடிவுகளை அறிவிக்க முடிந்தது. இது நடந்து ஒரு வாரத்தில் கீழவை உறுப்பினர்கள் ட்ரம்ப்பை இரண்டாவது தடவையாகப் பதவியிறக்கம் செய்தனர். இதற்கு 10 குடியரசுக் கட்சி உறுப்பினர்களும் 222 ஜனநாயகக் கட்சி உறுப்பினர்களும் வாக்களித்தனர். ஜனவரி 6ஆம் தேதிய நிகழ்ச்சிக்கு ட்ரம்ப்தான் காரணம் என்று கூறியவர்களிலும் 81% ஜனநாயகக் கட்சியைச் சேர்ந்தவர்கள்; 18% குடியரசுக் கட்சியைச் சேர்ந்தவர்கள்.

ட்ரம்ப் தேர்தல் பற்றி சந்தேகங்களைக் கிளப்பிக்கொண்டு இருந்தாலும் 2020 தேர்தலில்தான் 120 வருஷங்களுக்குப் பிறகு நிறையப் பேர் வாக்களித்தனர். கொரோனா தொற்று இருந்த போதிலும் வாக்காளர்கள் வாக்களிக்க முன்வந்தனர். ட்ரம்ப் பதவிக்கு வந்த பிறகு நடந்த இடைத்தேர்தல்களிலும் அதிகம் பேர் வாக்களித்தனர். ட்ரம்ப் பதவிக்கு வந்த பிறகு நிறைய அமெரிக்கர்கள் தேர்தலில் பங்குகொண்டனர் என்று சொல்லலாம். போட்டி சூடாக இருந்ததால் இது நடந்தது.

### வெள்ளை இனவாதிகளுக்கு ஆதரவு

ட்ரம்ப் அடிக்கடி இன ஒற்றுமையைக் குலைப்பதுபோல் ஏதாவது கூறிக்கொண்டிருந்தார். 2020 மே மாதம் மினியாப்பலிஸ் என்னும் ஊரில் 46 வயதான ஜார்ஜ் ஃப்ளாய்ட் என்னும் கறுப்பரை ஒரு வெள்ளை இனக் காவல்துறை அதிகாரி அவர் கழுத்தில் தன் முழங்காலை வைத்து நெருக்கிக் கொன்றதை ஆட்சேபித்த கறுப்பர்கள் 'கறுப்பர்களின் உயிருக்கும் விலை உண்டு' (Black lives matter) என்னும் கோஷத்தை உருவாக்கினர். இது ட்விட்டரில் பெரிய எண்ணிக்கையில் பதிவுசெய்யப்பட்டது. ட்ரம்ப் அப்போது நடந்த கலவரங்கள் பற்றி விமரிசித்தது இன அடிப்படையில் நடந்த கலவரங்களைத் தூண்டுவதாகவே இருந்தது. 2017இலும் வெர்ஜீனியா மாநிலத்தின் சார்லஸ்ட்வில் என்னும் ஊரில் வெள்ளை இன தேசியவாதிகள் 'யூதர்கள் எண்ணிக்கையில் எங்களை மிஞ்சிவிட முடியாது' என்று கூறி ஊர்வலம் சென்ற போது மற்ற இனத்தவர்களும் கலந்துகொண்டு வன்முறை ஏற்பட்டபோது ட்ரம்ப் வன்முறையில் ஈடுபட்டவர்களைக் குறைகூறுவதற்குப் பதிலாக 'நல்லவர்கள் இரண்டு பக்கமும் இருக்கிறார்கள்' என்றார். இவர் பதவியில் இருந்த காலத்தில்

இன ஒற்றுமையை வளர்ப்பதற்குப் பதிலாக இனக் கலவரங்களைத் தூண்டுவது போலவே பேசிக்கொண்டிருந்தார். மொத்தத்தில் இவர் காலத்தில் இனக்கலவரங்களைத் தூண்டுவது அதிகரித்தது. வெள்ளை இனவாதிகளுக்குச் சாதகமாகவே இவர் இருந்தார் என்று பல அமெரிக்கர்கள் நினைத்தனர்.

### தோல்வியை ஒப்புக்கொள்ளாமை

ட்ரம்ப் ஜனாதிபதித் தேர்தலில் தோற்று, பதவி விலகி இரண்டு ஆண்டுகள் ஆகிவிட்டன. பதவி விலகிய நாளிலிருந்து 2024 ஜனாதிபதித் தேர்தலில் போட்டியிடப் போவதாகக் கூறிக் கொண்டிருந்தவர் 2022 இடைத்தேர்தல்களில் இவர் ஆதரவளித்த பலர் தோற்றிருந்தாலும் தேர்தல் முடிவுகள் வந்தவுடனேயே 2024 ஜனாதிபதித் தேர்தலில் தான் போட்டியிடப் போவதாக ஏற்கனவே அறிவித்துவிட்டார். இதுவரை ட்ரம்பை ஆதரித்த குடியரசுக் கட்சியினரில் சிலர் 2022 நவம்பர் மாதக் கடைசியில் வெள்ளை இனவாதியும் ஜெர்மனியில் நடந்த யூதப்படுகொலையை மறுப்பவருமான நிக் ஃபியான்டேயைத் தன் மாளிகைக்கு வரவழைத்து விருந்தோம்பிய பிறகு தங்கள் ஆதரவைக் குறைத்துக் கொண்டனர்; இவருக்கிருக்கும் ஆதரவாளர்களின் எண்ணிக்கை கொஞ்சம் குறைவதுபோல் தெரிகிறது.

எல்லாவற்றுக்கும் மேலாக 2022 டிசம்பர் 3ஆம் தேதி—அதாவது 2020 தேர்தல் முடிவுகள் அறிவிக்கப்பட்டு இரண்டு ஆண்டுகள் கழித்து—2020 தேர்தல் ஆண்டில் ட்விட்டர் ஜனாதிபதி ஜோ பைடனின் மகன் ஹன்டர் பைடன் பற்றிய அவதூறுச் செய்திகளை மறைத்ததால்தான் தாம் 2020 தேர்தலில் தோற்றதாகவும் இப்போது தாம் வெற்றிபெற்றதை அறிவிப்பதற்கு அரசியல் சாசனத்தில் தடை இருப்பதாகவும் அப்படிப்பட்ட அரசியல் சாசனத்தையே ரத்து செய்துவிடலாம் என்றும் கூறியிருக்கிறார். இதுதான் ட்ரம்ப்பின் ஜனநாயக விரோத செயல்களின் உச்சம். இதற்குப் பிறகு அவருடைய ஆதவாளர்களின் எண்ணிக்கை குறையலாம் என்று எதிர்பார்ப்போம்.

## முடிவுரை

அமெரிக்காவில் கோவிட் தொற்று இருந்தபோது நடந்த 2020 ஜனாதிபதித் தேர்தலிலும் 2022இல் இடைத்தேர்தலிலும் வழக்கத்திற்கு அதிகமான அமெரிக்கர்கள் வாக்களித்தனர். கிட்டத்தட்ட 150 வருஷங்களுக்குப் பிறகு வாக்காளர்களின் எண்ணிக்கை கூடியிருப்பதாகச் சொல்கிறார்கள். ட்ரம்ப்புக்கு ஆதரவளித்து அவரை மறுபடியும் ஜனாதிபதியாக்க வேண்டும் என்று விரும்பிய அவருடைய ஆதரவாளர்களும் அவரை எப்படியாவது பதவியிலிருந்து இறக்க வேண்டும் என்பதில் முனைப்பாக இருந்தவர்களும் தேர்தலில் வாக்களிக்க முன்வந்தது தான் இதற்குக் காரணம். 2020 தேர்தல் தன்னிடமிருந்து திருடப் பட்டது என்று ட்ரம்ப் சொன்னதை முழுவதுமாக நம்பிய, மாநிலங்களில் தேர்தல் முடிவுகளை அறிவிக்கும் பொறுப்பான பதவிகளுக்குப் போட்டியிட்ட ட்ரம்ப்பின் ஆதரவாளர்களில் பலர் வெற்றிபெறவில்லை. இதனால் அமெரிக்காவில் இன்னும் ஜனநாயகம் தழைத்திருக்கிறது என்று சொல்லலாம். இருந்தாலும் ட்ரம்ப் ஜனாதிபதியாகத் தேந்ர்தெடுக்கப்பட்டதும் பதவிக் காலத்தில் அவர் அமெரிக்க சரித்திரத்திலேயே இதுவரை எந்த ஜனாதிபதியும் செய்திராத காரியங்களைச் செய்தும் அதற்குப் பிறகும் அவரை ஆதரித்தவர்களின் எண்ணிக்கை குறையாததும் அமெரிக்க ஜனநாயகம் கொஞ்சம் ஆட்டம் கண்டிருக்கிறது என்று சொன்னாலும் அது மிகையல்ல.

ஜனநாயகக் கட்சி வேட்பாளர் ஜோ பைடன் ஜனாதிபதியாகத் தேர்ந்தெடுக்கப்பட்டிருக்கிறார் என்று அதிகாரபூர்வமாக அறிவிக்கப் பட்டும் ட்ரம்ப் தன்னுடைய வாக்குகள் திருடப்பட்டிருக்கின்றன என்றும் தேர்தலிலேயே ஊழல் நடந்திருக்கிறது என்றும் கூற

ஆரம்பித்தார். அவருடைய தீவிர ஆதரவாளர்களும் ட்ரம்ப் சொல்வதை நம்ப ஆரம்பித்தனர். இந்த நிகழ்வுகள் மற்ற நாடுகளில் சில அரசியல் தலைவர்களின் செயல்களை ஒத்திருப்பது மட்டுமல்ல அமெரிக்க சரித்திரத்திலேயே நடந்திருக்கும் சில சம்பவங்களையும் நமக்கு நினைவூட்டுகின்றன.

2020 தேர்தலில் பைடன் வெற்றிபெற்றது உறுதியாகி எல்லாம் சுமுகமாக முடிந்துவிட்டாலும் அமெரிக்க ஜனநாயகத்திற்கு ஏற்பட்ட ஆபத்து முடிந்துவிட்டதாக நாம் முடிவுகட்ட முடியாது என்கிறது *லாஸ் ஏஞ்சல்ஸ் டைம்ஸ்* என்னும் பத்திரிகை. அமெரிக்காவிற்கு ஏற்பட்ட இந்த இக்கட்டான நிலை ட்ரம்ப்பால் மட்டுமல்ல அவருக்கு முன்பே அவர் வெற்றிபெறுவதற்கு ஏதுவாக அமைந்த, அமெரிக்க சமூகத்தில் ஏற்பட்ட சில சக்திகளாலும்தான். ஒரு சமூகத்தில் ஜனநாயகத்திற்கு ஆபத்து ஏற்படுவதற்குரிய எல்லா சக்திகளும்—அரசியல் கருத்துக்களில் பெரும் பிளவுகள் ஏற்படுதல், அந்தச் சமூகத்தின் உறுப்பினர்கள் யார் என்பதில் ஏற்படும் கருத்துவேற்றுமைகள், உறுப்பினர்களிடையே ஏற்படும் பொருளாதார ஏற்றத்தாழ்வுகள், அரசியல் தலைவர் ஒருவரிடம் அதிகாரக் குவிப்பு—அமெரிக்காவில் ட்ரம்ப் காலத்தில் ஒன்று சேர்ந்தன. இந்த மாதிரி சக்திகள் அவ்வப்போது அமெரிக்க சமூகத்தில் தலைதூக்கியிருக்கின்றன. 1800ஆம் ஆண்டு நடந்த ஜனாதிபதித் தேர்தலிலும் யார் வென்றார் என்ற குழப்பம் ஏற்பட்டு, புதிதாக உருவான நாடு பிரிந்துவிடலாம் அல்லது பிரிட்டனின் தலைமையையே மறுபடி ஏற்றுக் கொள்ளலாம் என்ற நிலை ஏற்பட்டது. ஆனாலும் இரண்டு கட்சிகளிடமும் சமரசம் ஏற்பட்டு ஜெபர்ஸன் ஜனாதிபதியாகத் தேர்ந்தெடுக்கப்பட்டார்.

1860இல் அடிமைத்தளையை ஒழிப்பது பற்றி இரண்டு கட்சிகளுக்குமிடையே ஏற்பட்ட கருத்துவேற்றுமையால் நாடு பிளவுபடும் வாய்ப்பு ஏற்பட்டது. ஜனநாயகமும் அடிமைத் தளையும் ஒன்றாக இருக்க முடியாது என்று வாதிட்ட ஆபிரஹாம் லிங்கன் தென் மாநிலங்களின் ஆதரவு இல்லாமலேயே நல்ல வாக்கு வித்தியாசத்தில் ஜனாதிபதியாகத் தேர்ந்தெடுக்கப்பட்டார். ஏழு தென் மாநிலங்கள் யூனியனிலிருந்து பிரிந்து லிங்கன் பதவியேற்று ஒரு மாதத்திலேயே சம்டர் கோட்டையின் மீது

படையெடுத்தன. அமெரிக்காவில் உள்நாட்டுப் போர் தொடங்கியது. போரில் வட மாநிலங்கள் அடங்கிய யூனியன் வெற்றிபெற்று நாடு பிளவுபடுவது தவிர்க்கப்பட்டது.

இப்போது இருபத்து ஒன்றாம் நூற்றாண்டில் அமெரிக்க ஜனநாயகத்திற்கு ஆபத்து விளையக்கூடிய அபாயம் ட்ரம்ப் காலத்தில் ஏற்பட்டது. தான் தொடர்ந்து பதவியில் இருப்பதற்காக நியாயத்திற்குப் புறம்பான பல குறுக்கு வழிகளைப் பின்பற்றிய ட்ரம்ப் காலத்தில் அமெரிக்க ஜனநாயகத்திற்கு ஆபத்து விளையலாம் என்ற சாத்தியம் இருந்ததை யாரும் மறுக்க முடியாது. அவருடைய கூட்டாளிகள் 2021 ஜனவரி 6ஆம் தேதி பாராளுமன்றக் கட்டடத்திற்குள் நுழைந்து துணை ஜனாதிபதி பென்ஸ் தேர்தல் முடிவுகளை இறுதியாக அறிவிப்பதைத் தடுத்து நிறுத்தினால் இன்னொரு தேர்தல் நடந்தோ, வேறு வழிகளிலோ ட்ரம்ப்பிற்கு ஜனாதிபதி பதவி கிடைக்கலாம் என்று நம்பினர். இப்படி நடந்துகொள்வதற்கு இவர்களைத் தூண்டியது ட்ரம்ப்தான் என்பது நிரூபணமாகியிருக்கிறது. அவர்கள் பாராளுமன்றக் கட்டடத்திற்குள் நுழைந்து வன்முறையில் ஈடுபட்டபோது தங்கள் உயிருக்கே ஆபத்து விளையலாம் என்று பயந்து பாராளுமன்ற உறுப்பினர்கள் நிலவறைக்குள் ஒளிந்துகொண்டனர். காலம் கடந்து அங்கு வந்த காவலர்கள் வன்முறையில் ஈடுபட்டவர்களை அங்கிருந்து வெளியேற்றிய பிறகு துணை ஜனாதிபதி தேர்தலில் யார் வெற்றிபெற்றார் என்று அறிவித்தார். எனக்குத் தெரிந்து மற்ற எந்த நாட்டிலும்—வளர்ந்துவிட்ட நாடுகளிலும் வளர்ந்துவரும் நாடுகளிலும்—இப்படி வன்முறையாளர்கள் ஜனநாயகத்தின் சின்னமான பாராளுமன்றக் கட்டடத்தையே தாக்கத் துணிந்தது இல்லை. பென்ஸ் ட்ரம்ப் விரும்பியபடி அன்று நடந்து கொண்டிருந்தால் என்ன ஆகியிருக்கும் என்று நினைத்துப் பார்க்கவே முடியவில்லை. அமெரிக்க ஜனநாயகத்திற்கு அன்று பெரிய அடி விழுந்திருக்கும்.

இப்போது ட்ரம்ப் மீது பல குற்ற வழக்குகள் நடந்து வருகின்றன. சமூகத்தில் கிட்டத்தட்ட பாதிப் பேரின் ஆதரவைப் பெற்றிருக்கும் ஒரு அரசியல்வாதி—மாஜி ஜனாதிபதி—மீது வழக்குகள் நீதிமன்றங்களில் தொடரப்பட்டிருக்கின்றன என்றால் அது ஒரு ஜனநாயக நாடாகத்தான் இருக்க முடியும்.

*அமெரிக்க ஜனநாயகத்திற்கு அவ்வப்போது ஆபத்து வந்தாலும் அமெரிக்க ஜனநாயகம் முழுவதுமாக அழிந்துவிடும் அபாயம் இருப்பதாகத் தெரியவில்லை. இதற்கு 2020 தேர்தலில் ட்ரம்ப் தோற்றது, 2022 இடைத்தேர்தலில் ட்ரம்ப் ஆதரவளித்த வேட்பாளர்களில் 80% பேர் தோற்றிருப்பது ஆகியவை நம்பிக்கை தரும் அறிகுறிகள்.*

ೞಲ

படித்துவிட்டீர்களா?
நாகேஸ்வரி அண்ணாமலை
எழுதிய பிற நூல்கள்

❧

அமெரிக்காவின் மறுபக்கம்
ஒரு சமூக பொருளாதாரப் பார்வை

பக்கம்: 304, விலை: ₹ 200

❧

பாலஸ்தீன-இஸ்ரேல் போர்
ஒரு வரலாற்றுப் பார்வை

பக்கம்: 304, விலை: ₹ 230

❧

கியூபாவின் விடுதலை
அன்று முதல் இன்றுவரை

பக்கம்: 256, விலை: ₹ 220

❧

ஐந்து தலைமுறை
நாடார் பெண்களின் கதை

பக்கம்: 352, விலை: ₹ 270

❧

**போப் பிரான்சிஸ்**
நம்பிக்கையின் புதிய பரிமாணம்

பக்கம்: 224, விலை: ₹ 200

❧

வியட்நாமில் அமெரிக்கப் போர்
வென்றது யார்?

பக்கம்: 336, விலை: ₹ 320